ഗ്രീൻ ബുക്സ്

കഴുകൻ

പ്രകാശൻ ചുനങ്ങാട്

1952ൽ ഒറ്റപ്പാലത്തിനടുത്തുള്ള ചുനങ്ങാട് ജനനം.
അച്ഛൻ: സ്വാതന്ത്ര്യസമരസേനാനിയായിരുന്ന
രാമപ്പണിക്കർ. അമ്മ: നാരായണിക്കുട്ടി അമ്മ.
1973ൽ 'അരി വിളയുന്ന മരം' എന്ന കഥ മാതൃഭൂമിയുടെ
വിഷുപ്പതിപ്പ് മത്സരത്തിൽ സമ്മാനം നേടി.
കൃതികൾ: ബാച്ച്ലേഴ്സ് ലോഡ്ജ് (ലഘു നോവൽ),
അരി വിളയുന്ന മരം (കഥാസമാഹാരം),
മുക്കുറ്റികൾ പൂക്കുന്ന ഗ്രാമം (ബാലസാഹിത്യം),
അപ്പുവിന്റെ ലോകം (ബാലസാഹിത്യം),
മുഷിയാത്ത നോട്ടുകൾ (ബാങ്കിങ്ങ് നോവൽ),
അല്പം മുഷിഞ്ഞ നോട്ടുകൾ (ബാങ്കിങ്ങ് നോവൽ II),
വിഷുക്കൈനീട്ടം (നോവൽ).
യൂണിയൻ ബാങ്കിൽ സീനിയർ മാനേജരായി വിരമിച്ചു.
Email: prakashchakkottil@gmail.com

ഗ്രീൻ ബുക്സ് പ്രസിദ്ധീകരിച്ച
ഗ്രന്ഥകർത്താവിന്റെ ഇതരകൃതികൾ

ഹൈദരാബാദ് എക്സ്പ്രസ്സ് (നോവൽ)

നോവൽ

കഴുകൻ

പ്രകാശൻ ചുനങ്ങാട്

ഗ്രീൻ ബുക്സ്

green books private limited
gb building, civil lane road, ayyanthole,
thrissur- 680 003, kerala, ph: +91 487-2381066, 2381039
website: www.greenbooksindia.com
e-mail: info@greenbooksindia.com

branches:
thrissur 8589095302
thiruvananthapuram 8589095301
kozhikode 8589095307

malayalam
kazhukan
novel
by
prakasan chunangad

published november 2024

printed in india
manipal technologies ltd

isbn : 978-93-48125-72-9

GBPL/1406/2024

ഗതികിട്ടാത്ത ആത്മാവായി
ദേശവഴികളിലൂടെ
ഇട്ടിച്ചിരി എന്ന പാവം പെൺകുട്ടി
രാത്രികളിൽ അലഞ്ഞു നടന്നു.
മുത്തശ്ശിയാണ് ഇട്ടിച്ചിരിയുടെ കഥ
എനിക്കു പറഞ്ഞുതന്നത്.
മുത്തശ്ശി കുഞ്ഞായിരിക്കുമ്പോഴാണത്രെ
കൊക്കരിണിയിൽ ഇട്ടിച്ചിരിയുടെ
ശവം പൊങ്ങിയത്.

ചിറകു തളർന്ന പക്ഷിയെപ്പോലെ പിതൃലോകത്തിന്റെ കൂറ്റൻ കവാടത്തിനു മുമ്പിൽ പകച്ചുനിൽക്കുകയായിരുന്നു ഇട്ടിച്ചിരിയുടെ ആത്മാവ്. അകത്തു കടക്കാനാവാതെ ഉഴന്നുനടക്കുന്ന ആത്മാക്കൾ വേറെയുമുണ്ടായിരുന്നു, അടഞ്ഞുകിടക്കുന്ന കവാടത്തിനിപ്പുറത്ത്.

ഇതിനിടെ എത്രയോ ആത്മാക്കൾ നീലാകാശവും കടന്ന് പറന്നുവരികയും പിതൃലോകത്തിന്റെ കവാടം അവ കൾക്കുമുമ്പിൽ മലർക്കെ തുറക്കുകയും ആത്മാക്കൾ അക ത്തേക്ക് നിർബാധം പ്രവേശിക്കുകയും ചെയ്തു. അവ രോടൊപ്പം അകത്തുകടക്കാൻ ശ്രമിച്ച ഇട്ടിച്ചിരിയുടെ ആത്മാവിനെ അദൃശ്യമായ കരങ്ങൾ ശക്തമായി പിടിച്ചു പിറകോട്ടു തള്ളുകയും കവാടം അപ്പപ്പോൾ കൊട്ടിയട യ്ക്കപ്പെടുകയും ചെയ്തു. എന്തിനാണ് തനിക്ക് പിതൃ ലോകത്തേക്ക് പ്രവേശനം നിഷേധിക്കുന്നതെന്ന് ഇട്ടി ച്ചിരിയുടെ ആത്മാവിനു മനസ്സിലായില്ല.

ഭാഗം ഒന്ന്

ഒന്ന്

വടക്കുമ്പാട്ടുകര ദേശത്ത് ആദിത്യനുദിക്കണമെങ്കിൽ ചേലക്കോട്ടു തറവാട്ടിലെ കന്നുകൃഷികാര്യസ്ഥനായ കുമാരൻ കന്നടുപ്പിൽ തീപൂട്ടി, ചെമ്പുപാത്രം അടുപ്പത്തുവെച്ചു വെള്ളമൊഴിച്ച്, വെള്ളം ചൂടായി വരുന്നേരം തവിടും പിണ്ണാക്കും കലക്കി, ഒരേറു പോത്തുകൾക്കും കറവയുള്ള പുള്ളിച്ചിപ്പയ്യിനും ചെനമുതിർന്നു നിൽക്കുന്ന കറമ്പിപ്പയ്യിനും കുടിഞ്ഞിയിൽ കിടക്കുന്ന പൈക്കിടാവിനും കഞ്ഞി കാട്ടിയിരിക്കണം. ആ നേരത്താണ് വടക്കുമ്പാട്ടുകര ദേശത്ത് കോഴികൾ കൂവിത്തുടങ്ങുന്നത്.

മകരക്കൊയ്ത്തു കഴിഞ്ഞ് കണ്ടങ്ങൾ മലർന്നു കിടക്കുകയാണ്. പൂവലു പോകുന്നതിനുമുമ്പേ കണ്ടങ്ങൾ പൂട്ടിമുറിയണം. പോത്തുകളെ അഴിച്ച് കുമാരൻ തൊഴുത്തിൽനിന്നിറക്കുന്നു. തൊഴുത്തിന്റെ പിന്നാമ്പുറത്തു ചാരിവെച്ചിരിക്കുന്ന കരിയും നുകവും തോളത്തുവെച്ച് പോത്തുകളെ തെളിച്ച് കൊട്ടേമ്പടി തുറന്ന് പാടത്തേക്കിറങ്ങുന്നു.

കുമാരൻ പാടത്തേക്കിറങ്ങുമ്പോഴാണ് തങ്കമ്രമ്മാള് പാലു കറക്കാനുള്ള അടുക്കുപാത്രവും മൊന്തയിൽ വെള്ളവുമായി തൊഴുത്തിലേക്കു ചെല്ലുന്നത്. ശിവരാമമ്മൂത്താര് അപ്പോഴും ഉണർന്നിട്ടുണ്ടാവില്ല. പാലു കറന്ന് ചായയുണ്ടാക്കി തങ്കമ്രമ്മാള് മൂത്താരെ വിളിച്ചുണർത്തുന്നു.

മുകളിൽ തെക്കേ അറയിൽ കിടക്കുന്ന മൂത്താരുകുട്ടി ഉണർന്നു താഴത്തു വരണമെങ്കിൽ പിന്നേയും മണിക്കൂറൊന്നു കഴിയണം.

വരമ്പത്തു പറ്റിപ്പടരുന്ന കറുകപ്പുല്ലിൽ മഞ്ഞിന്റെ നനവ്. പാടത്തിനക്കരെ കിഴക്ക് വെള്ള വീശിത്തുടങ്ങിയിരിക്കുന്നു. ആദിത്യൻ ഉദിച്ചുയരാൻ ഇനിയധികം സമയം വേണ്ട. പാടം മൂടിനിൽക്കുന്ന മഞ്ഞുരുകിപ്പോകണമെങ്കിൽ സൂര്യവെളിച്ചം തട്ടണം.

പാടത്തിന്റെ നടുക്ക് കൊക്കരിണിപ്പറമ്പ്. ആറേഴു കൊന്നത്തെങ്ങുകളും പടുമരങ്ങളും പൊന്തക്കാടുകളും. പറമ്പിന്റെ നടുക്ക് കൊക്കരിണി. തുലാമഴ പിന്നാക്കം നിൽക്കുന്ന കാലങ്ങളിൽ കണ്ടങ്ങൾ തേവി നനയ്ക്കാനാണ് കൊക്കരിണി കുഴിപ്പിച്ചത്. കിണറാണോ, കിണറല്ല. കുളമാണോ, കുളമല്ല. നിലയില്ലാത്ത വെള്ളം. കിണറിന്റെ ആഴമുള്ളതുകൊണ്ട് ഇറങ്ങിക്കുളിക്കാൻ പറ്റില്ല. കൊക്കരിണിയുടെ പള്ളയ്ക്ക് താഴേക്കുതാഴെ കുത്തിക്കൊടുത്ത ഒരടി വീതിയുള്ള വെട്ടുകല്ലിന്റെ ഒറ്റക്കൽപടവുകളുണ്ട് കൊക്കരിണിയിലേക്കിറങ്ങാൻ. ഒരാൾക്ക് കഷ്ടിച്ച് ചവിട്ടിയിറങ്ങിച്ചെല്ലാം. പൊന്ത കെട്ടിക്കിടക്കുന്നതുകൊണ്ട് ഒരുമാതിരിപ്പെട്ടവരാരും കൊക്കരിണിയിലേക്കിറങ്ങാൻ ധൈര്യപ്പെടില്ല. ഇഴജന്തുക്കളെ പേടിക്കണം. നാലഞ്ചു കൊല്ലമായി തുലാവർഷം ചതിക്കാത്തതിനാൽ കൊക്കരിണിയിൽ ഏത്തംപൂട്ടി കണ്ടങ്ങൾ തേവി നനയ്ക്കേണ്ടി വന്നിട്ടില്ല. ആരും തിരിഞ്ഞുനോക്കാനില്ലാത്തതുകൊണ്ട് കൊക്കരിണി ഇപ്പോൾ അനാഥമായിക്കിടക്കുന്നു.

പാടത്തിന്റെ കിഴക്കേയതിര് കൈത്തോട്. കൊക്കരിണിപ്പറമ്പു മുതൽ തോട്ടുങ്കരവരെ ചേലക്കോട്ടുവക കണ്ടങ്ങളാണ്. ഈ കണ്ടങ്ങളാണ് പൂട്ടിമറിക്കേണ്ടത്. ഇരുപതുപറ വിത്തിറങ്ങുന്ന നാലു കണ്ടങ്ങൾ. പിന്നെ അമ്പതുപറയ്ക്ക് കൃഷി തെക്കേപ്പാടത്ത്. തെക്കേപ്പാടം പൂട്ടാൻ പൂട്ടുകാരെ ഏർപ്പാടാക്കിയിട്ടുണ്ട്. ഒരേറു കന്നുകൊണ്ട് എഴുപതുപറനിലം പൂട്ടാൻ കുമാരൻ കൂട്ടിയാൽ കൂടില്ല. ഈ ഇരുപതുപറ പൂട്ടിയെത്തിക്കാൻതന്നെ കുമാരന് എട്ടുപത്തു ദിവസം വേണ്ടിവരും.

കുമാരനും പോത്തുകളും കണ്ടങ്ങൾ മുറിച്ചുകടന്ന് കൊക്കരിണിപ്പറമ്പിനടുത്തെത്തി. പറമ്പിനോടു തൊട്ടുകിടക്കുന്ന കുണ്ടൻകണ്ടം ആദ്യം പൂട്ടിമറിക്കാം. കന്നുകളെ കണ്ടത്തിലിറക്കി നിർത്തി. കഴുത്തിൽ നുകംവെച്ചു. നുകത്തിനു നടുവിൽ കരികെട്ടിയുറപ്പിച്ചു.

അപ്പോഴാണ് കുമാരൻ ഓർമ്മിച്ചത്. മുടിങ്കോലെടുക്കാൻ മറന്നുപോയിരിക്കുന്നു. മുതുകത്ത് ഇടയ്ക്കോരോ പെട വീഴണം പോത്തുകൾക്ക്. എങ്കിലേ അവറ്റകൾക്കുഷാറുണ്ടാവൂ.

കൊക്കരിണിയുടെ വക്കരത്ത് അടയ്ക്കാമണിയൻ* മരമുണ്ട്. ഒരാൾപൊക്കമേ മരത്തിനുള്ളൂവെങ്കിലും കൊമ്പുകൾക്ക് ബലം കൂടും. അടയ്ക്കാമണിയൻ കൊക്കരിണിയിലേക്ക് ചാഞ്ഞുനിൽക്കുന്നു. വക്കരത്തു ചവിട്ടുമ്പോൾ സൂക്ഷിക്കണം. വക്കരമിടിഞ്ഞ് കൊക്കരിണിയുടെ ആഴത്തിലേക്ക് മറിഞ്ഞുവീഴാനും മതി. കുമാരൻ

* പേരമരം

അടയ്ക്കാമണിയന്റെ മെലിഞ്ഞ തടിയിൽ ബലമായിപ്പിടിച്ച് കിണറ്റിലേക്കു ചാഞ്ഞു നിൽക്കുന്ന കൊമ്പിന്റെ അറ്റം പിടിച്ച് വളച്ചൊടിക്കാൻ ശ്രമിച്ചു.

കൊക്കരിണിയിലിപ്പോഴും രണ്ടാൾക്കു വെള്ളമുണ്ടല്ലോ എന്ന് അതിശയിക്കുകയായിരുന്നു കുമാരൻ. വെള്ളത്തിൽ വെളുത്ത നിറത്തിലെന്തോ പൊങ്ങിക്കിടക്കുന്നത് കുമാരൻ കണ്ടു. മരണപ്പെട്ട ആരുടെയെങ്കിലും വിരിപ്പോ പുതപ്പോ ഉടുമുണ്ടോ ഇതിനകത്തു കൊണ്ടിട്ടതായിരിക്കും.

ഒന്നുകൂടി സൂക്ഷിച്ചു നോക്കിയപ്പോൾ കുമാരന്റെ വയറൊന്നു കാളി. തലപെരുത്തു. ശവമാണല്ലോ വെള്ളത്തിൽ പൊങ്ങിക്കിടക്കുന്നത്.

കൊക്കരിണിക്ക് ആഴമേറെയുണ്ടെങ്കിലും പുല്ലും ചെടികളും വളർന്ന് കാഴ്ച തടസ്സപ്പെടുത്തുന്നുണ്ടെങ്കിലും കുമാരൻ വ്യക്തമായിത്തന്നെ കണ്ടു. അതൊരു പെണ്ണിന്റെ ശവമാണ്. കമഴ്ന്നാണ് കിടക്കുന്നത്. വെളുത്ത മുണ്ട്, ചെമപ്പു നിറത്തിലുള്ള ബ്ലൗസ്, കറുത്ത മുടി കെട്ടഴിഞ്ഞ് വെള്ളത്തിൽ പടർന്നിരിക്കുന്നു.

എന്റെ ഭഗോതീ, ഈ പെണ്ണ് കൊക്കരിണിയിൽ ചാടിച്ചത്തതാണോ അതോ, ആരെങ്കിലും തല്ലിക്കൊന്ന് കൊണ്ടുവന്നിട്ടതോ! കുമാരന്റെ ദേഹം വിറകൊണ്ടു. കാലുകൾക്ക് ബലം കുറഞ്ഞു. കൊക്കരിണിയുടെ വക്കിൽനിന്നു മാറി കുമാരൻ കൈരണ്ടും കുത്തി പിന്നാക്കം ചാഞ്ഞിരുന്നു.

എത്രനേരം അങ്ങനെ ഇരുന്നുവെന്ന് കുമാരനറിഞ്ഞില്ല. കണ്ടത്തിൽ പൂട്ടിക്കെട്ടി നിർത്തിയ പോത്തുകൾ കുമാരനെ കാത്തുനിന്നു. കാണാഞ്ഞപ്പോൾ തലകുലുക്കി. കഴുത്തിൽ മുറുകിക്കിടക്കുന്ന നുകമൊന്നഴിച്ചുകിട്ടിയെങ്കിലെന്ന് അവറ്റകൾ വെറുതെ ആശിച്ചു. വരമ്പത്ത് ഉണങ്ങിയ കറുകപ്പടർപ്പുകളിൽ പച്ചനാമ്പു കിളിർത്തുനിൽക്കുന്നത് പോത്തുകൾ കൊതിയോടെ നോക്കിനിന്നു.

പേടിയും വേവലാതിയും ഒന്നാറിക്കിട്ടിയപ്പോൾ കുമാരൻ എണീറ്റു. കൊക്കരിണിയിലേക്ക് ഒന്നുകൂടി എത്തിനോക്കാൻ കുമാരന് ധൈര്യമുണ്ടായില്ല. പാടത്ത് വിളിപ്പാടകലങ്ങളിൽ കന്നുപൂട്ട് തുടങ്ങിയിട്ടുണ്ട്.

"പൂഹെയ്..." കുമാരൻ കൂവി വിളിച്ചു. പലവട്ടം. കുമാരന്റെ കൂക്കിന് മറുകൂക്ക് കിട്ടിക്കൊണ്ടിരുന്നു.

പൂട്ടിക്കെട്ടിയ കന്നുകളെ കണ്ടങ്ങളിൽതന്നെ നിർത്തി പൂട്ടുകാർ കൊക്കരിണിപ്പറമ്പിലേക്കോടിയെത്തി.

“എന്താ കുമാരേട്ടാ?” ഓടിവന്നവർ കുമാരേട്ടന്റെ നിൽപ്പുകണ്ട് അതിശയപ്പെട്ടു.

കുമാരൻ കൊക്കരിണിയിലേക്കു വിരൽ ചൂണ്ടി. ഓടിക്കൂടിയവർ കുമാരനോടൊപ്പം കൊക്കരിണിയോളം ചെന്നു. അവർ കൊക്കരിണിയിലേക്കെത്തി നോക്കി.

ഒരു പെണ്ണിന്റെ ശവം. വെള്ളത്തിൽ കമഴ്ന്നു കിടക്കുകയാണ്. എന്തു പ്രായം വരും, എവിടത്തുകാരിയാണ് എന്നൊന്നും നിരൂപിക്കാനവർക്കു കഴിഞ്ഞില്ല. ഇനിയിപ്പോൾ എന്താണു ചെയ്യേണ്ടതെന്ന് അവർ പരസ്പരം ചോദിച്ചു.

“നമ്മക്ക് ശിവരാമമ്മൂത്താരെ വിവരറിയിക്കാം.” കുമാരൻതന്നെയാണ് പോംവഴി കണ്ടത്. മൂത്താരുടെ പറമ്പിലാണല്ലോ കൊക്കരിണി. അപ്പോൾ മൂത്താരല്ലേ ഇക്കാര്യം ആദ്യം അറിയേണ്ടത്. അങ്ങനെത്തന്നെയെന്ന് മറ്റുള്ളവരും ശരിവെച്ചു.

കുമാരൻ ചേലക്കോട്ടേക്കോടി. കൂട്ടത്തിലുണ്ടായിരുന്ന ശങ്കരൻകുട്ടി കണ്ടത്തിൽ പൂട്ടിക്കെട്ടി നിർത്തിയിരുന്ന പോത്തുകളുടെ കഴുത്തിൽനിന്ന് കരിയും നുകവും അഴിച്ചെടുത്ത് വരമ്പത്തു ചാരിവെച്ചു. മിണ്ടാപ്രാണികൾ അത്യാഹ്ലാദത്തോടെ പുൽനാമ്പുകൾ കാർന്നുകൊണ്ട് പാടത്ത് അലഞ്ഞുനടന്നു.

രണ്ട്

കുമാരൻ വലിയ വരമ്പത്തുകൂടി ഓടിവരുന്നത് ശിവരാമമേനോൻ കോലായിലിരുന്നേ കണ്ടു. മേനോൻ വർത്തമാനപത്രം വായിക്കുക യായിരുന്നു. രണ്ടുദിവസം മുമ്പത്തെ പത്രമാണ് തപാൽശിപായി കൊണ്ടുവരുന്നത്.

പത്രം മടക്കിവെച്ച് ശിവരാമമേനോൻ മുറ്റത്തേക്കിറങ്ങിച്ചെന്നു. പടിപ്പുര കടന്ന് കുമാരൻ മുറ്റത്തെത്തി.

"എന്താ കുമാരാ, എന്തുപറ്റി?"

കുമാരൻ കിതയ്ക്കുകയാണ്. വാക്കുകൾ പുറത്തു വരുന്നില്ല. കുമാരന്റെ കിതപ്പാറുന്നതുവരെ മേനോൻ കാത്തുനിന്നു.

"പറയ് കുമാരാ, എന്തേണ്ടായത്?"

"മൂത്താരേ നമ്മടെ കൊക്കരണീല് ഒരു പെണ്ണിന്റെ ശവം പൊങ്ങീരിക്കുണൂ."

ശിവരാമമേനോൻ ഞെട്ടിത്തരിച്ചു.

"ഏതാ പെണ്ണ്?"

"അറിയില്യ. മുഖം കാണാൻ പറ്റീല്യ. കമിഴ്ന്നു കെടക്കാ"

"നീയൊരു കാര്യം ചെയ്യ്. തെക്കേപ്പാട്ടുപോയി അച്ഛോട്ടനെ വിവരറിയിക്ക്. കൊക്കരിണിപ്പറമ്പിലേക്ക് വരാൻ പറ. ഞാൻ ണ്ടാവും അവിടെ. പൊലീസിലറിയിക്കേണ്ടി വരും. ഏതിനും അച്ഛോട്ടൻ വരട്ടെ. എന്നിട്ടു നിശ്ചയിക്കാം."

അച്ഛോട്ടൻ ദേശത്തെ അധികാരിയാണ്.

തൊഴുത്തു നിൽക്കുന്നതിനപ്പുറം, വളപ്പിന്റെ വടക്കുകിഴക്കേ മൂല യ്ക്കാണ് കുളം. മേനോൻ കുളത്തിലേക്കു നടന്നു. ഓലോലം മുങ്ങി നിവർന്ന്, തലയും മേലും തുവർത്തിയെന്നു വരുത്തി, തളത്തി ലേക്കു ചെന്നു.

"തങ്കം, കഞ്ഞി വിളമ്പ്. എനിക്കൊന്നു പാടത്തു പോണം."

ഇതു പതിവുള്ളതല്ലല്ലോ. കന്നിനെ കുമാരനല്ലേ കൊണ്ടുപോയിരിക്കുന്നത്. എന്താണാവോ ഇപ്പോഴിങ്ങനെ തോന്നാൻ? ഏട്ടന്റെ മുഖത്ത് പരിഭ്രമമുണ്ട്. എന്തോ അരുതാത്തതു സംഭവിച്ചിട്ടുണ്ട്.

"എന്താ, എന്താ കാര്യം?"

"വിശേഷിച്ചൊന്നൂല്യ. വന്നിട്ടു പറയാം"

തങ്കമ്മ കഞ്ഞി വിളമ്പി. തേങ്ങ ചുട്ടരച്ച ചമ്മന്തി നേരത്തെ ഉണ്ടാക്കിവെച്ചതു നന്നായി.

നാലഞ്ചു പ്ലാവില മാത്രം മുക്കിക്കുടിച്ച് ശിവരാമമേനോൻ എണീറ്റു.

"മുഴ്വോൻ കുടിക്കാതെ..."

"മതി."

നീലക്കരയൻ വലിയമുണ്ടുടുത്തു. കുപ്പായം വേണ്ട. ഒരു തോർത്തു മാത്രം ചുമലിലിട്ടു. കിഴക്കേ കോലായിലെ വളയത്തിൽ തൂക്കിയിട്ട കാലൻകുടയെടുത്ത് മേനോൻ പടിപ്പുര കടന്ന് പാടത്തേക്കിറങ്ങി.

അകലെ പാടത്തിന്റെ നടുക്ക് കൊക്കരിണിപ്പറമ്പ്. പാടം തേവി നനയ്ക്കേണ്ടിവരുമ്പോൾ മാത്രമാണ് കൊക്കരിണിയെ അന്വേഷിക്കുന്നത്. കുറച്ചു കൊല്ലങ്ങളായി കാലവർഷം ചതിക്കാത്തതു കൊണ്ട് അങ്ങനെയൊരാവശ്യം വരാറില്ല. ഇപ്പോഴിതാ കൊക്കരിണി പ്രശ്നക്കാരിയായിരിക്കുന്നു. ആരുടെ ശവമായിരിക്കും കൊക്കരിണിയിൽ പൊങ്ങിക്കിടക്കുന്നത്.

'അത് നിങ്ങൾക്കൂഹിക്കാവുന്നതല്ലേ മേന്നെ.' അകത്തിരുന്ന് ആരോ വിളിച്ചുപറയുന്നതായി മേനോനു തോന്നി.

അങ്ങനെ വല്ലതും? ഹേയ്. വെറുതെ പേടിക്കുകയാണ്. ആവില്ല. അങ്ങനെ ആവാതിരിക്കട്ടെ എന്റെ മച്ചിൽ ഭഗവതീ എന്ന് മേനോൻ മനസ്സുരുകി പ്രാർത്ഥിച്ചു.

ശിവരാമമേനോൻ ചെല്ലുമ്പോൾ കൊക്കരിണിപ്പറമ്പിൽ പുരുഷാരം. കേട്ടുകേൾപ്പിച്ച് ആളുകൾ ഇപ്പോഴും പാടവരമ്പുകളിലൂടെ വന്നുകൊണ്ടിരിക്കുന്നു. ഇതെന്താ പൂരപ്പറമ്പോ എന്ന് മേനോൻ അരിശംകൊണ്ടു.

ശിവരാമമേനോനെ കണ്ടപ്പോൾ കൂടിനിന്നവർ വഴിമാറിക്കൊടുത്തു. കൊക്കരിണിയുടെ വക്കരത്തു നിൽക്കുന്ന അടയ്ക്കാമണിയന്റെ തടിയിൽപ്പിടിച്ച് മേനോൻ ആഴത്തിലേക്കെത്തിച്ചു നോക്കി. കുമാരൻ പറഞ്ഞതു ശരിയാണ്. ഒരു പെണ്ണിന്റെ ശവം.

കൊക്കരിണിയിൽനിന്നകന്നു മാറി ഒരു പാറക്കല്ലിൽ ശിവരാമമേനോൻ തളർന്നിരുന്നു. ആശ്രയത്തിന് കാലൻകുട മണ്ണിൽ കുത്തി

പ്പിടിച്ചു. എന്തൊക്കെ പുക്കാറത്താണീശ്വരാ ഇനി ഉണ്ടാവാൻ പോകുന്നത്!

ആകെ ബഹളമയം. ഊഹങ്ങളും അനുമാനങ്ങളും തർക്കങ്ങളും നടക്കുന്നുണ്ട്. ആളുകൾ അക്ഷമരാണ്. ശവം കൊക്കരിണിയിൽ നിന്നു കേറ്റുന്നതു കാണണം. അതാരുടേതെന്നറിയണം.

അധികാരിയെ കൂട്ടിക്കൊണ്ടുവരാൻ കുമാരൻ പോയിട്ടുണ്ടെന്നു കേട്ടപ്പോൾ ആളുകൾ അടങ്ങിനിന്നു. അധികാരി നിശ്ചയിക്കും എന്താണ് ചെയ്യേണ്ടതെന്ന്. പൊലീസിലറിയിക്കണമെങ്കിലും അധികാരി പറയണം. വേണ്ട എന്നാണെങ്കിൽ വേണ്ട. അധികാരിയുടെ സമ്മതം കൂടാതെ ദേശത്തു പൊലീസു വരില്ല. അതാണ് കീഴ് വഴക്കം. എന്നുവെച്ച് കൊലപാതകം നടക്കുകയാണെങ്കിൽ അധികാരി കൈകാര്യം ചെയ്യും എന്നല്ല. അധികാരി പൊലീസിനെ വരുത്തിയിരിക്കും.

പറമ്പിൽനിന്നു നോക്കിയാൽ അകലെ പാടത്തിന്റെ കിഴക്കേക്കരയ്ക്ക് തെക്കേപ്പാട്ടെ പടിപ്പുര കാണാം. തെക്കേപ്പാട്ടെ പടിപ്പുരയിലായിരുന്നു സർവരുടേയും ദൃഷ്ടി. അധികനേരം കണ്ണുകഴയ്ക്കേണ്ടി വന്നില്ല. പടിപ്പുര കടന്ന് നാൽവർസംഘം പാടത്തേക്കിറങ്ങുന്നു. കുട ചൂടിക്കൊണ്ട് മുമ്പേ നടക്കുന്നത് അധികാരിയാണ്. തൊട്ടു പിന്നാലെ കണക്കെഴുത്തു ശങ്കരമേനോൻ. അയാൾക്കു പിറകിൽ കോൽക്കാരൻ ചാത്തുക്കുട്ടിനായർ. അവർക്കു പിന്നിൽ അകലംപാലിച്ചു നടക്കുന്നത് കുമാരൻതന്നെ.

പാടവരമ്പുകൾ താണ്ടി അധികാരിയും പരിവാരങ്ങളും കൊക്കരിണിപ്പറമ്പിനോടടുത്തുകൊണ്ടിരുന്നു.

പുളിയിലക്കരയൻ മുണ്ടിന്റെ കീഴ്ക്കോന്തല ഇടത്തേകൈകൊണ്ടു പൊക്കിപ്പിടിച്ചാണ് അധികാരിയുടെ വരവ്. കഴുത്തിൽ ചുറ്റിയിട്ട കസവു വേഷ്ടി. മുറുക്കിച്ചുവപ്പിച്ച വായ. കഷണ്ടിത്തലയിൽനിന്ന് ഒലിച്ചിറങ്ങിയ വിയർപ്പുചാലുകൾ ചെന്നിയിലൂടെ ഒലിച്ചിറങ്ങി. വേഷ്ടിയുടെ തലപ്പുകൊണ്ട് അധികാരി മുഖവും കഴുത്തും അമർത്തിത്തുടച്ചു.

ആജാനുബാഹുവായ അധികാരിയോടൊപ്പം നടന്നെത്താൻ കുടവയറനായ ശങ്കരമേനോൻ പാടുപെട്ടു. മേനോന്റെ തൂക്കിപ്പിടിച്ച ചാക്കുസഞ്ചിയിൽ മഹസ്സറെഴുതാനുള്ള റിക്കാർഡുപുസ്തകവും പേനയും കടലാസുകളും. മെലിഞ്ഞുനീണ്ട ചാത്തുക്കുട്ടിനായർ. അയാളുടെ മുതുകിനൽപം വളവുണ്ട്. ഷഷ്ടിപൂർത്തി കഴിഞ്ഞ് കാലമേറെച്ചെന്നിട്ടുണ്ടെങ്കിലും നടപ്പിനൊട്ടും പതർച്ചയില്ല. വിശ്രമമില്ലാതെ ദേശവഴികളിൽ നടന്നു നടന്ന് കോൽക്കാരന്മാരുടെ പേശികൾക്ക് നല്ല ബലം വെച്ചിട്ടുണ്ടാവും.

പിന്നീടെല്ലാം വേഗത്തിൽ നടന്നു.

"ശവം കേറ്റട്ടെ. കുമാരാ, കയറും വള്ളിക്കൊട്ടേം കൊണ്ടുവാ."

കുമാരൻ വീണ്ടും ചേലക്കോട്ടേക്കോടി. പടിഞ്ഞാറേ മുറ്റത്തിനരികിൽ വിത്തും വല്ലിയും പണിയായുധങ്ങളും സൂക്ഷിക്കുന്ന കൊട്ടിൽ. കൊട്ടിലിൽ വലിയ വള്ളിക്കൊട്ടയുണ്ട്. കയറിന്റെ കെട്ടുകളും കാണും രണ്ടോ മൂന്നോ.

കുമാരൻ കൊട്ടിലിന്റെ മരയഴിവാതിൽ തള്ളിത്തുറന്ന് കയറും വള്ളിക്കൊട്ടയുമെടുത്തു പുറത്തുവെക്കുന്നത് തങ്കമ്മാളു കണ്ടു.

"എന്തിനാ കുമാരാ കൊട്ടേം കയറും?"

"നമ്മടെ കൊക്കരിണീല് ഒരു പെണ്ണിന്റെ ശവം പൊങ്ങീരിക്കുണു അമ്മ്രാളെ."

"ആരാ കുമാരാ?"

"അറിയില്ല. അധികാരിയെജമാൻ എത്തീട്ട്ണ്ട്. ശവം കരയ്ക്കു കേറ്റണം. അതിനാ ഈ കൊട്ട."

കുമാരൻ പടിപ്പുരയിറങ്ങിപ്പോകുന്നത് തങ്കമ്മ ഇമവെട്ടാതെ നോക്കിക്കൊണ്ടു നിന്നു.

കുളത്തിന്റെ കരയ്ക്കുനിന്ന് പല്ലുതേക്കുകയായിരുന്നു ശേഖരൻകുട്ടി. അകലെ കൊക്കരിണിപ്പറമ്പിൽ ആളുകൾ കൂടിനിൽക്കുന്നത് ഇവിടെനിന്നാൽ കാണാം. അവൻ ഉറക്കമുണർന്ന് താഴേക്കു വരുമ്പോഴേക്കും അച്ഛൻ ധൃതിപ്പെട്ടു പാടത്തേക്കു പോയിരിക്കുന്നു. കഞ്ഞിപോലും കുടിക്കാതെയാണ് അച്ഛൻ പോയിരിക്കുന്നതെന്ന് അമ്മ പരിഭവം പറയുന്നു. ഇതൊന്നും തന്നെ സംബന്ധിക്കുന്ന കാര്യങ്ങളല്ലെന്ന മട്ടിൽ ശേഖരൻകുട്ടി നിത്യകർമ്മങ്ങൾ മുറപോലെ കഴിച്ചു. കുളിച്ചുവന്നപ്പോഴേക്കും നെയ്യിട്ട കഞ്ഞിയും തേങ്ങാച്ചമ്മന്തിയും പപ്പടം ചുട്ടതും മുന്നിൽ.

"നീ പോണില്ലേ?"

"എവിടയ്ക്ക്?"

"കൊക്കരിണിപ്പറമ്പിലേക്ക്."

"എന്താ അവിടെ?"

"കൊക്കരിണീൽ ഒരു ശവം പൊങ്ങീരിക്കുണൂ."

പോവാം എന്ന് ഒഴുക്കൻമട്ടിൽ പറഞ്ഞ് കഞ്ഞികുടിച്ച് ശേഖരൻകുട്ടി മുകളിലേക്കു കേറിപ്പോയി. കുമാരൻ വരുന്നതും കൊട്ടയും കയറുമായി മടങ്ങിപ്പോകുന്നതും അവൻ തെക്കേ അറയുടെ ജനലഴികൾക്കിടയിലൂടെ കണ്ടു. അന്വേഷിക്കാൻ പോയില്ല.

മൂന്ന്

ശവം കേറ്റട്ടെ എന്ന് അധികാരിക്ക് പറയാനെളുപ്പം കഴിഞ്ഞു. എങ്ങനെ? ആഴമുള്ള കിണറാണ്. കൊക്കരിണിയിലേക്കിറങ്ങാനുള്ള വെട്ടുകല്ലുകൾ ചുണ്ണാമ്പും മണലും കുഴച്ച് ഉറപ്പിച്ചിരിക്കുകയാണ്. താഴേക്കു താഴെ; വിട്ടു വിട്ട്. ചിലപ്പോൾ ചവിട്ടിയ കല്ലടർന്ന് വെള്ളത്തിലേക്ക് ഉരുസി വീഴാനും മതി. വല്ല കുളത്തിലും ചാടിച്ചാവാമായിരുന്നില്ലേ ഈ അസത്തിന്. എങ്കിൽ കരയ്ക്കു വലിച്ചിടാൻ എന്തെളുപ്പമായിരിക്കും! വെള്ളം കുടിച്ചു ചീർത്ത ശവം എങ്ങനെ കൊക്കരിണിയുടെ മുകളിലെത്തിക്കും. കുമാരൻ ഇതു മുമ്പേകൂട്ടിക്കണ്ടു. അതിനാലാണ് കയറിന്റെ കെട്ടു രണ്ടെണ്ണം വള്ളിക്കൊട്ടയിലെടുത്തു വെച്ചത്.

രണ്ടു കയറും കൊക്കരിണിയുടെ അകലെയല്ലാതെ നിൽക്കുന്ന തെങ്ങിൽ കെട്ടി. എന്നിട്ട് പടവുകളോടു ചേർത്ത് വെള്ളത്തിലേക്കിട്ടു. ആര് കിണറ്റിലിറങ്ങും? ദേഹബലം മാത്രം പോരാ, അപാര മനക്കട്ടിയും വേണം. വെള്ളത്തിൽ പൊങ്ങിക്കിടക്കുന്ന ശവത്തിനെ മടക്കിയൊതുക്കി കൊട്ടയിലേക്കു കേറ്റണം. കൊട്ടയുടെ ബലമുള്ള കൈവള്ളികളിൽ കയറുകെട്ടണം. മുകളിൽ നിൽക്കുന്നവർ കൊട്ട വലിച്ചു കേറ്റുന്നേരം പടവുകളിൽ നിന്നുകൊണ്ട്, തെങ്ങിൽകെട്ടി താഴേക്കു ഞാത്തിയിട്ട മറ്റേ കയറിൽ ഒരു കൈകൊണ്ടു പിടിച്ചു നിന്ന്, കൊട്ട താങ്ങിക്കൊടുക്കണം.

ചെറുമക്കോളനിയിലെ കണ്ടനും കുപ്പാണ്ടിയും കൊക്കരിണിയിലിറങ്ങാൻ തയ്യാറായി മുമ്പോട്ടു വന്നു. രണ്ടു മുളയന്മാരും കരുത്തന്മാരാണ്. നട്ടപ്പാതിര നേരത്ത്, പറമ്പായ പറമ്പുകളിൽ കേറാനും തേങ്ങയും കായക്കുലയും കക്കാനും വിരുതന്മാരാണ് കണ്ടനും കുപ്പാണ്ടിയുമെന്ന് ദേശക്കാർക്കറിയാം. ചില്ലറക്കളവുകൾ മാത്രം. അതിനാലവരെ കള്ളന്മാരെന്ന് ആരും വിളിച്ചില്ല. പൂട്ടു കുത്തിത്തുറന്നും ഓടിളക്കി അകത്തു കടന്നും സ്വർണ്ണവും പണവും മോഷ്ടിക്കുന്നവരാണല്ലോ ശരിക്കുള്ള കള്ളന്മാർ.

ദേശത്ത് ആർക്കെന്താപത്തുണ്ടായാലും കണ്ടനും കുപ്പാണ്ടിയും മുമ്പിലുണ്ടാവും. ശരീരംകൊണ്ടു ചെയ്യാവുന്ന സഹായങ്ങളൊക്കെ ചെയ്തു കൊടുക്കും. ഇക്കാരണംകൊണ്ട് പത്തു തേങ്ങയോ ഒരു കായക്കുലയോ കളവുപോയാലും പറമ്പുടമസ്ഥന്മാർ അതു കാര്യ മാക്കാറില്ല.

പ്രേതങ്ങളേയോ ബ്രഹ്മരക്ഷസ്സിനേയോ എന്തിന്, ഒടിയന്മാരെ പ്പോലും പേടിയില്ലല്ലോ ഈ മുളയന്മാർക്ക്.

പറമ്പിന്റെ വടക്കേ മൂലയ്ക്ക് തഴച്ചു പടർന്നു കിടക്കുന്ന പുല്ലാനി പ്പൊന്തയുടെ മറവിലേക്ക് കണ്ടനും കുപ്പാണ്ടിയും മാടിവിളിക്കപ്പെട്ടു. ഒരു കുപ്പി വാറ്റുചാരായവും മുട്ടിപ്പാനിയിൽ വെള്ളവും രണ്ടു ചില്ലു ഗ്ലാസും കുമാരന്റെ ഒത്താശയിൽ വരുത്തിവെച്ചിട്ടുണ്ട്. വേണ്ടത് വേണ്ടപ്പോൾ കുമാരന്റെ മനസ്സിൽ തോന്നും. അത് ശിവരാമമേനോ നറിയാം.

ഇരുന്നൂറു മില്ലിവീതം അകത്തു ചെന്നപ്പോൾ മുളയന്മാർ ഉഷാ റായി. വള്ളിക്കൊട്ട കൈത്തണ്ടയിൽ തൂക്കി, കുപ്പാണ്ടി ആദ്യം പടവു കളിറങ്ങി. കണ്ടൻ പിന്നാലെ. കൊക്കരിണിയുടെ പള്ളയ്ക്ക് വളർന്നു നിൽക്കുന്ന ബലമുള്ള പാഴ്ച്ചെടികൾ അവർക്കു തുണയായി.

നിലയില്ലാത്ത വെള്ളമുണ്ട് കൊക്കരിണിയിൽ. അടിയിൽ കല്ലോ പാറയോ തടയുന്നില്ല. കാലുകൊണ്ടു തുഴഞ്ഞ് അങ്ങനെ നിന്നു, കണ്ടനും കുപ്പാണ്ടിയും. കൊക്കരിണിയുടെ മുകളിൽ നിൽക്കുന്നവർ കൂവിയും വിളിച്ചും അവരെ പ്രോത്സാഹിപ്പിച്ചു.

ശവം വെള്ളത്തിൽ മലർത്തിക്കിടത്തി. ചീർത്തു വികൃതമായിട്ടു ണ്ടെങ്കിലും, ആസകലം നീലംപാഞ്ഞിട്ടുണ്ടെങ്കിലും, കണ്ടനും കുപ്പാ ണ്ടിയും അതാരുടെ ശവമാണെന്നു തിരിച്ചറിഞ്ഞു. തരവത്തെ കാർത്ത്യായിനി അമ്മ്രാളുടെ മകൾ ഇട്ടിച്ചിരിയുടെ.

കൈതപ്പൂവിന്റെ നിറം. പെണ്ണിന് പെണ്ണു മോഹിച്ചു പോകുന്ന ചന്തം. പത്തു പതിനേഴു വയസ്സു പ്രായം. ചിരിച്ചും കളിച്ചും നട ക്കുന്ന പ്രകൃതം. എന്തുപറ്റി ഈ അമ്മ്രാളുകുട്ടിക്ക് ഇങ്ങനൊരു ദുർബുദ്ധി തോന്നാൻ?

ഇട്ടിച്ചിരിയുടെ ചീർത്തു വികൃതമായ മുഖം കണ്ട് മുളയന്മാ രുടെ കണ്ണു നിറഞ്ഞു. കടന്നാലോചിക്കുന്ന ശീലമില്ലാത്തവരായ തുകൊണ്ട് കുപ്പാണ്ടി നേരം കളയാതെ ശവത്തിന്റെ തലഭാഗം പൊക്കി. കണ്ടൻ അരഭാഗവും. ഒരുവിധത്തിൽ കൊട്ടക്കകത്തേക്ക് ശവം കേറ്റിവെച്ചു. കൊട്ടയുടെ കൈവള്ളികൾ രണ്ടും കണ്ടൻ കൂടെ ക്കൊണ്ടുവന്ന കയറിന്റെ തലകൊണ്ട് കൂട്ടിക്കെട്ടി. മുകളിൽ നിൽക്കു ന്നവർ കൊട്ട വലിച്ചുകേറ്റുന്ന മുറയ്ക്ക് കണ്ടനും കുപ്പാണ്ടിയും

താഴേക്കു തൂക്കിയിട്ട കയറിൽ ബലമായിപ്പിടിച്ച്, പടവുകളിൽ മാറി മാറിച്ചവിട്ടിനിന്ന്, വള്ളിക്കൊട്ട താങ്ങിക്കൊടുത്തു. കൊട്ടയിൽ പാറക്കല്ലുവെച്ച് പൊക്കുകയായിരുന്നു ഇതിലും ഭേദമെന്ന് മുളയന്മാർക്കും മുകളിൽ നിലയുറപ്പിച്ച് കൊട്ട വലിച്ചുകയറ്റുന്നവർക്കും ബോധ്യപ്പെട്ടു.

കൊക്കരിണിയുടെ വക്കരംവരെയെത്തിയ വള്ളിക്കൊട്ട വാല്യക്കാർ വലിച്ചു മേൽപ്പോട്ടിട്ടു. ശവം മണ്ണിൽ മലർത്തിക്കിടത്തി. അധികാരിയുടെ തീക്ഷ്ണദൃഷ്ടികൾ ശവത്തിന്റെ തലഭാഗംതൊട്ട് കാലിന്റെ പെരുവിരൽവരെ സഞ്ചരിച്ചു. കൊക്കരിണിയിൽ മീനുകളുടെ സാന്നിദ്ധ്യമില്ലാത്തത് ആശ്വാസമായി. മീനുകളുണ്ടായിരുന്നെങ്കിൽ കണ്ണുകളും കാതുകളും ചുണ്ടും മറ്റു മൃദുലഭാഗങ്ങളും മീൻ കൊത്തിത്തിന്ന് വികൃതമാക്കിയിരിക്കും. മീൻ കൊത്തിയുണ്ടായ മുറിവുകളേവ, മറ്റുവിധത്തിൽ സംഭവിച്ച ക്ഷതങ്ങളും പാടുകളുമേവ എന്ന് തിരിച്ചറിയാൻ പ്രയാസമാവും.

ചെവിക്കുതാഴെ, കഴുത്തിന്റെ രണ്ടുവശങ്ങളിലും കാണപ്പെട്ട കറുത്ത പാടുകൾ അധികാരി പ്രത്യേകം ശ്രദ്ധിച്ചു. കൃത്യം കർണ്ണഞരമ്പുകളിലാണ് ആ കറുത്ത പാടുകൾ. കർണ്ണഞരമ്പുകളിൽ അതിശക്തമായി വിരലുകളമർത്തിപ്പിടിച്ചതായിരിക്കണം മരണകാരണം. ഇതൊരു കൊലപാതകമാണെന്ന് അധികാരി എളുപ്പം തിരിച്ചറിഞ്ഞു.

പെൺകുട്ടി സ്വന്തം ഇഷ്ടപ്രകാരം കൊക്കരിണിയിൽ ചാടി മരിച്ചതാണെങ്കിൽ കാര്യങ്ങൾ എളുപ്പമായേനെ. ശങ്കുണ്ണി മഹസ്സർ റജിസ്റ്റർ കൊണ്ടുവന്നിട്ടുണ്ട്. ഇൻക്വസ്റ്റു നടത്തി, മഹസ്സർ തയ്യാറാക്കി, അധികാരി ഒപ്പിടുകയേ വേണ്ടൂ. കെട്ടിത്തൂങ്ങിച്ചത്താലോ, വിഷം കഴിച്ച് ആത്മഹത്യ ചെയ്താലോ, വെള്ളത്തിൽ പെട്ടോ ചാടിയോ ചത്താലോ, ദേശത്തധികാരിക്ക് തീർപ്പാക്കാവുന്നതേ ഉള്ളൂ. നാളെയൊരു പരാതി കിട്ടി ചുവന്ന തൊപ്പിക്കാർ വരികയാണെങ്കിൽ അധികാരിക്ക് മഹസ്സർ റജിസ്റ്റർ കാണിച്ചു കൊടുക്കാം. അതിനുമപ്പുറത്തേക്ക് പൊലീസുകാർ പോവില്ല. അതാണ് ബ്രിട്ടീഷുകാരുണ്ടാക്കിയ കീഴ്‌വഴക്കം.

അങ്ങനെ ഇൻക്വസ്റ്റു നടത്തി മഹസ്സറെഴുതി അവസാനിപ്പിക്കാവുന്ന കേസല്ല ഇതെന്ന് അധികാരിക്കു ബോധ്യമായി.

ശവത്തിന്റെ വികൃതമായ മുഖത്തേക്ക് ശിവരാമമേനോൻ ഒന്നേ നോക്കിയുള്ളൂ. വേഗം തിരിച്ചു നടന്നു. കാലൻകുട മണ്ണിൽ കുത്തിപ്പിടിച്ച് പാറക്കല്ലിൽ തളർന്നിരിക്കുകയായിരുന്നു, ശിവരാമമേനോൻ. അധികാരി അടുത്തേക്കു വരുന്നതു കണ്ട് മേനോൻ എഴുന്നേറ്റു.

“ശിവരാമാ...”

"എന്തായി അച്ചേട്ടാ?"

"പൊലീസു വരണം."

"എന്തേ?"

"ഇത് കൊലയാണ്."

കാൽച്ചുവട്ടിൽ ഇടിയും മിന്നലും ഒന്നിച്ചു വീണുപൊട്ടിയ പോലെ ശിമരാമമേനോൻ സ്തംഭിച്ചു നിന്നു. സംശയിച്ചതുതന്നെ സംഭവിച്ചിരിക്കുന്നു. ഉള്ളിലിരുന്ന് മറ്റേയാൾ അടക്കം പറയുന്നത് മേനോനു വ്യക്തമായി കേൾക്കാം.

'മേന്നെ, സൂക്ഷിക്കണം.'

ശങ്കുണ്ണിമേനോൻ കടലാസും പേനയുമെടുത്തു. റജിസ്റ്ററിന്റെ പുറത്തുവെച്ച് ഇൻസ്പെക്ടർക്കുള്ള കത്തു തയ്യാറാക്കി. അധികാരി കത്തിലൊപ്പിട്ടു. കത്ത് നാലാക്കി മടക്കി. കുമാരന്റെ അനിയൻ ഗോപാലനെ കൈകാട്ടി വിളിച്ചു.

"എടാ ഇതു കൊണ്ടുപോയി ഇൻസ്പെക്ടർക്ക് കൊടുക്ക്. ഞാൻ ഇവിടെത്തന്നെ നിൽക്കുന്നുണ്ടെന്ന് അദ്യത്തോടു പറയ്. വേഗം ചെല്ല്."

കത്ത് മടിക്കുത്തിൽ ഭദ്രമായി വെച്ച് നേരമേതും കളയാതെ ഗോപാലൻ അഞ്ചലോട്ടക്കാരന്റെ വേഗത്തിൽ ഒറ്റപ്പാലത്തേക്കു വെച്ചുപിടിച്ചു. അഞ്ചുനാഴിക ദൂരം താണ്ടാൻ ഗോപാലന് അരമണി ക്കൂറുനേരം മതി. ഉടനെ ജീപ്പെടുത്തു പുറപ്പെടുകയാണെങ്കിൽ ഉച്ചയ്ക്കു മുമ്പേ ഇൻസ്പെക്ടർ സ്ഥലത്തെത്തും. പീടികമുക്കിൽ വണ്ടി നിർത്തി ഒരു പത്തു മിനിറ്റിന്റെ നടത്തം.

പൊലീസ് വരുമ്പോഴേക്കും എത്തിക്കോളാമെന്ന് ശിവരാമ മേനോനു വാക്കു കൊടുത്ത് അധികാരിയും ശങ്കുണ്ണിമേനോനും തെക്കെപ്പാട്ടേക്കു മടങ്ങി. ചാത്തുക്കുട്ടിനായരെ പറമ്പിൽതന്നെ നിർത്തി. ഞാനൊന്നു വീടുവരെ പോയിവരാമെന്നു പറഞ്ഞ് ശിവ രാമമേനോൻ എണീറ്റു.

"കുമാരാ, നിയ്യ് ഇവിടെത്തന്നെ വേണം. പൊലീസു വരുന്നതു കണ്ടാൽ ഒരു കൂക്ക്. ഞാനെത്തിക്കോളാം."

നാല്

അലക്കിയ മുണ്ടും സിൽക്കിന്റെ ജുബ്ബയും ധരിച്ച് ശേഖരൻകുട്ടി കോലായിലെ ചാരുകസേരയിൽ മലർന്നു കിടന്നു മയങ്ങി. മാറത്ത് പാതിവായിച്ച ഒരിംഗ്ലീഷ് നോവൽ കമഴ്ത്തി വെച്ചിരുന്നു.

തങ്കമ്മ ഉമ്മറത്തൂണും കെട്ടിപ്പിടിച്ച് പാടത്തിന്റെ അങ്ങേക്കരയോളം നോക്കിനിൽക്കുകയായിരുന്നു. കൊക്കരിണിപ്പറമ്പിൽ ആളുകൾ കൂടിനിൽക്കുന്നത് പുകമഞ്ഞിലൂടെന്നപോലെ ഇവിടെ നിന്നാൽ കാണാം.

ശിവരാമമേനോൻ വിയർത്തുകുളിച്ച് അവശനായി കേറി വന്നപ്പോൾ തങ്കമ്മ എന്തോ ചോദിച്ചു. മേനോൻ എന്തോ മറുപടി പറഞ്ഞിട്ടുണ്ടാവണം. പൊലീസ് എന്നുമാത്രം തങ്കമ്മ കേട്ടു.

അച്ഛൻ വരുന്നതു കണ്ട് ശേഖരൻകുട്ടി കസേരയിൽനിന്നെണീറ്റു. വായിച്ചുകൊണ്ടിരുന്ന പുസ്തകം മടക്കി അരത്തിണ്ണയിൽ വെച്ചു.

"അപ്പൂ..."

അച്ഛന്റെ വിളിക്ക് പതിവില്ലാത്ത കനമുണ്ടായിരുന്നു. മേനോൻ തളത്തിലേക്കു കടന്നു. മുകളിലേക്കുള്ള കോണി തളത്തിന്റെ തെക്കുപടിഞ്ഞാറേ കോണിലാണ്.

വീണ്ടും അച്ഛന്റെ വിളി: "എടാ. മോളിലേക്കു വാ."

മേനോൻ കോണിപ്പടികൾ ചവിട്ടിക്കേറിത്തുടങ്ങിയിരുന്നു. അച്ഛന്റെ പിന്നാലെ അനുസരണയുള്ള മകനായി ശേഖരൻകുട്ടിയും പടികൾ കേറിച്ചെന്നു.

കോണിയുടെ താഴത്തെ പടിയിൽ തങ്കമ്മ കാൽവെച്ചു.

"നീ വരണ്ട."

ശിവരാമമേനോൻ തെക്കേ അറയിൽ മകനെ കാത്തുനിന്നു. അവൻ അറയ്ക്കകത്തു കേറിയതും മേനോൻ വാതിൽപ്പൊളികൾ രണ്ടും തള്ളിയടച്ച് ഓടാമ്പലിട്ടു.

ചെവിയടച്ച് അടിവീണു. ശേഖരൻകുട്ടിക്ക് അടിതെറ്റി. വീട് തിരിഞ്ഞുകൊണ്ടിരിക്കുകയാണെന്നും ഇരുചെവികളിൽനിന്നും വണ്ടുകൾ മൂളിപ്പറന്നു പോവുകയാണെന്നും അവനു തോന്നി. തീർത്തും അപ്രതീക്ഷിതമായി അരഭാഗത്തൊരു ചവിട്ടും കൂടിയായപ്പോൾ അവൻ കട്ടിലിലേക്ക് കമഴ്ന്നടിച്ചു വീണു.

"എണീക്കട നായേ!"

ഒച്ച താഴ്ത്തിയാണ് ശിവരാമമേനോൻ അലറിയതെങ്കിലും ഇടിമുരൾച്ചയുടെ ആഴമുണ്ടായിരുന്നു ശബ്ദത്തിന്.

ശേഖരൻകുട്ടി തട്ടിപ്പിടഞ്ഞെണീറ്റു. നിവർന്നു നിൽക്കാനാവാതെ കട്ടിലിൽതന്നെ ഇരുന്നു.

"പറയെടാ. ആ പെണ്ണിനെ നീയെന്താ ചെയ്തത്?"

ചെപ്പയ്ക്കു വീണ്ടും അടിവീണു. ഇപ്പോൾ ഇടത്തേ കൈപ്പടം കൊണ്ട് വലത്തേ കവിളിലാണ് അടിപൊട്ടിയത്. ശോഖരൻകുട്ടി രണ്ടു കവിളും പൊത്തിപ്പിടിച്ചു. ഇനിയൊരടികൂടി - അവന് ഓർക്കാനേ ആയില്ല. വായ്ക്കകത്ത് എന്തോ വന്നു നിറയുന്നുവെന്നു തോന്നിയപ്പോൾ ശേഖരൻകുട്ടി ഇരുന്നുകൊണ്ടുതന്നെ നിലത്തേക്കു തുപ്പി. ചോര.

സംഹാരരുദ്രനെപ്പോലെ അച്ഛൻ മുന്നിൽ. അച്ഛന് ഇങ്ങനെയൊരു മുഖമുണ്ടെന്ന് ശേഖരൻകുട്ടി നിരൂപിച്ചതേ ഇല്ല.

"പറയെടാ."

അടുത്ത അടി ഇപ്പോൾ വീഴും എന്നായപ്പോൾ ശേഖരൻകുട്ടി തൊഴുതു.

"തല്ലരുത്. ഞാൻ പറയാം."

കളവ് കയ്യോടെ പിടിക്കപ്പെട്ട അഞ്ചുവയസ്സുകാരൻ കുട്ടിയായി ശേഖരൻകുട്ടി. അവൻ കരയാൻ തുടങ്ങി.

"ചെത്തം പുറത്തു കേക്കരുത്."

തികട്ടിവരുന്ന കരച്ചിൽ ശേഖരൻകുട്ടി വിഴുങ്ങി.

"കയ്യബദ്ധം പറ്റിപ്പോയി. അച്ഛൻ മാപ്പാക്കണം."

ചെകിട്ടിൽ ഈയം കോരിയൊഴിക്കുന്നതുപോലെ ശിവരാമമേനോൻ മകന്റെ ഏറ്റുപറച്ചിൽ കേട്ടുകൊണ്ടു നിന്നു.

കോണിച്ചുവട്ടിൽ തങ്കമ്മ സംശയിച്ചു നിന്നു. പടി കേറാൻ ധൈര്യം വന്നില്ല.

അരുതെന്നു വിലക്കിയിട്ടാണ് അപ്പുവിന്റെ അച്ഛൻ മുകളിലേക്കു കേറിപ്പോയത്. അനുസരിക്കുകയാണ് ഭംഗി. തെക്കേ അറയിൽ

എന്തോ മറിഞ്ഞു വീഴുന്ന ശബ്ദവും മകന്റെ കരച്ചിലും കേട്ടു. കുറച്ചിട കഴിഞ്ഞ് ശിവരാമമേനോൻ ചവിട്ടിക്കുതിച്ച് കോണിയിറങ്ങി വരുന്നതും കണ്ടു.

എന്തോ ചോദിക്കാനാഞ്ഞതാണ് തങ്കമ്മ. മുഖഭാവം കണ്ടപ്പോൾ വായടക്കി.

കുടയെടുത്ത് ഒതുക്കു കല്ലുകളിറങ്ങുന്ന ഭർത്താവിനോട് ഇതു മാത്രം ചോദിച്ചു:

"ഊണു കഴിക്കണ്ടെ?"

"വേണ്ട."

തങ്കമ്മ മുകളിലേക്കു ചെന്നു. തെക്കേ അറയിൽ അപ്പു കട്ടിലിൽ ചുരുണ്ടുകൂടിക്കിടക്കുന്നു.

"എന്താ അപ്പൂ. എന്തേണ്ടായത്?"

"അമ്മ പോ." ശേഖരൻകുട്ടി തിരിഞ്ഞു കിടന്നു.

തങ്കമ്മ താഴേക്കു പോന്നു. കൊക്കരിണിയിലെ വെള്ളത്തിൽ പൊങ്ങിയ പെണ്ണിന്റെ ശവവും അപ്പുവും തമ്മിലെന്തെങ്കിലും ബന്ധമുണ്ടായിരിക്കുമോ? ഉണ്ട് എന്നുതന്നെ തങ്കമ്മയുടെ മനസ്സു പറഞ്ഞു. അവൻ ഈയിടെയായി വഴിവിട്ടു നടക്കുന്നുണ്ടെന്ന് തങ്കമ്മയ്ക്കു തോന്നിത്തുടങ്ങിയിട്ടുണ്ട്.

ഒന്നേള്ളൂച്ചാൽ ഒലയ്ക്കോണ്ടു തല്ലി വളർത്തണമെന്ന് പഴമക്കാർ പറയാറുള്ളതാണ്. ഉലക്ക പോയിട്ട് ഒരു കുഞ്ഞീർക്കിലി കൊണ്ടുപോലും അമ്മ മകനെ തല്ലിനോവിച്ചിട്ടില്ല. അച്ഛനാണ് വല്ലപ്പോഴുമൊരിക്കൽ അവനെ ശിക്ഷിക്കുന്നത്. അടയ്ക്കയാവുംകാലം മടിയിൽ വെക്കാം. കവുങ്ങായാലോ? വരാനിരിക്കുന്നതെന്തായാലും അനുഭവിക്കുക.

ശിവരാമേട്ടൻ വരും. എല്ലാം വിസ്തരിച്ചു പറയും. അതുവരെ കാത്തിരിക്കാം.

അഞ്ച്

ശിവരാമമേനോൻ കൊക്കരിണിപ്പറമ്പിലെത്തി അൽപ്പം കഴിഞ്ഞപ്പോഴേക്കും ഇൻസ്പെക്ടർ തെയ്യുണ്ണിനായരും രണ്ടു പൊലീസുകാരും വന്നു. ഇൻസ്പെക്ടർ പുറപ്പെട്ടിട്ടുണ്ടെന്ന വിവരം ഗോപാലൻ തെക്കേപ്പൊട്ടെത്തി അറിയിച്ചിട്ടുണ്ടായിരിക്കണം. അധികാരിയും ശങ്കുണ്ണിമേനോനും വരമ്പുകൾ താണ്ടി ഇങ്ങോട്ടു വരുന്നുണ്ടായിരുന്നു.

പൊലീസുകാരെ കണ്ടപ്പോൾ ജനം അകലേക്കു മാറിനിന്നു. ഇൻസ്പെക്ടറുടെ ദൃഷ്ടിയിൽ പെടാതിരിക്കാൻ കൂടിനിന്നവർ പ്രത്യേകം ശ്രദ്ധിച്ചു. ആറടി പൊക്കവും അതിനൊത്ത വണ്ണവും ചോരക്കണ്ണുകളും കട്ടിമീശയും. തെയ്യുണ്ണി ഇൻസ്പെക്ടറെപ്പറ്റി ദേശക്കാരൊരുപാട് കേട്ടിട്ടുണ്ട്. കാലനാണ്! ഇയാളുടെ തല്ലും ചവിട്ടുംകൊണ്ട് അങ്ങേലോകത്തേക്കുപോയവർ ഒന്നും രണ്ടുമല്ലെന്നാണ് കേൾവി.

തെയ്യുണ്ണി ഇൻസ്പെക്ടറെ അധികാരി വിളിച്ചു വരുത്തണമെങ്കിൽ ഈ പെണ്ണ് സ്വയം ചാടിച്ചത്തതായിരിക്കില്ല; കൊന്നുകൊണ്ടിട്ടതായിരിക്കണമെന്ന് നാട്ടുകാർ ഊഹിച്ചു. ആരാണീ കൊടുംക്രൂരത ചെയ്തതെന്ന് തെയ്യുണ്ണി ഇൻസ്പെക്ടർ തെളിയിക്കും.

നിരപരാധികളേയും ചിലപ്പോൾ പൊലീസ് ഭേദ്യം ചെയ്തെന്നു വരാം. അതിനിടവരുത്താതെ, അപരാധി ആരായാലും എത്രയും വേഗം ഇൻസ്പെക്ടറുടെ കൈക്കുള്ളിലകപ്പെടണേ എന്ന് കൊക്കരിണിപ്പറമ്പിൽ കൂടിയ ഓരോരുത്തനും പ്രാർത്ഥിച്ചു.

ഇൻസ്പെക്ടർ ഇൻക്വസ്റ്റു നടത്തി. മഹസ്സർ തയ്യാറാക്കി. ശവം പോസ്റ്റുമോർട്ടത്തിനുവേണ്ടി ഒറ്റപ്പാലത്തെ സർക്കാരാശുപത്രിയിലേക്കെടുക്കണം. സർവചെലവും വഹിക്കേണ്ടത് ശിവരാമമേനോനാണ്. മേനോന്റെ പറമ്പിലെ കൊക്കരിണിയിലാണല്ലോ ശവം പൊങ്ങിയത്. പഴ്സ് മടിക്കുത്തിലെടുത്തു വെക്കാൻ തോന്നിയത്

ഭാഗ്യമായെന്ന് മേനോൻ വിചാരിച്ചു. എന്തു ഭാഗ്യം! മഹാഭാഗ്യമാണല്ലോ വരാനിരിക്കുന്നത്. കൊലക്കയറായിരിക്കുമോ മകനു കിട്ടാൻ പോകുന്നത്. അതോ ജീവപര്യന്തമോ? തറവാടിന് തീരാക്കളങ്കം വേറെ.

പറമ്പിന്റെ പടിഞ്ഞാറേ മൂലയ്ക്കു നിൽക്കുന്ന മുളങ്കൂട്ടത്തിൽ നിന്ന് രണ്ടു പച്ചമുള മുളയന്മാർ വെട്ടിക്കൊണ്ടു വന്നു. എട്ടടി നീളത്തിലുള്ള തണ്ടു രണ്ടെണ്ണം ചെത്തിയുഴിഞ്ഞെടുത്തു. മുളയലകുകൾ വിലങ്ങനെ വെച്ച് കയറുകൊണ്ടു വരിഞ്ഞു. പീടികമുക്കിലുള്ള വിക്കൻ അദ്രുമാന്റെ കടയിൽ തെങ്ങോലപ്പായ കിട്ടും. പറഞ്ഞനേരം കൊണ്ട് കുപ്പാണ്ടി പായ വാങ്ങിക്കൊണ്ടു വന്നു. ശവം പായിൽ പൊതിഞ്ഞു കെട്ടി മഞ്ചലിലേക്കെടുത്തു വെച്ചു. മഞ്ചലിനോടു ചേർത്തുവെച്ച് നന്നായി വരിഞ്ഞുകെട്ടി. കേറ്റം കേറുമ്പോഴോ ഇറങ്ങുമ്പോഴോ പായക്കെട്ട് മറിഞ്ഞുവീഴാൻ പാടില്ല.

മഞ്ചലു ചുമക്കാൻ ഒത്ത വാല്യക്കാരെ തെയ്യുണ്ണി ഇൻസ്പെക്ടർതന്നെ തപ്പിയെടുത്തു. മടിയേതും കൂടാതെ വാല്യക്കാർ മഞ്ചലു ചുമക്കാൻ തയ്യാറായി മുന്നോട്ടു വന്നു. ഇൻസ്പെക്ടറെ ധിക്കരിക്കുന്നത് അപകടം വിളിച്ചുവരുത്തലാണ്. അനുസരിക്കാത്തവനെ ആയിരിക്കും ഇൻസ്പെക്ടർ ആദ്യം ചോദ്യം ചെയ്യുന്നത്. വാക്കുകൊണ്ടു ഭേദ്യം ചെയ്യുന്ന വിദ്യ പണ്ടേ പൊലീസുകാർക്ക് വശമില്ല. കൈകൊണ്ട്, അല്ലെങ്കിൽ കാലുകൊണ്ട്.

ശിവരാമമേനോനെ അധികാരി തെയ്യുണ്ണി ഇൻസ്പെക്ടർക്കു പരിചയപ്പെടുത്തി:

"ഈ പറമ്പും ഇക്കാണുന്ന പാടവും ഇയാളുടെ ഉടമസ്ഥതയിലുള്ളതാണ്. മേനോൻ എനിക്കു വേണ്ടപ്പെട്ട ആളാണ്."

ശിവരാമമേനോൻ ഇൻസ്പെക്ടറെ തൊഴുതു. ഇൻസ്പെക്ടർ ഒന്നമർത്തി മൂളി.

"മേനോൻ നാളെ ഉച്ചയ്ക്കുമുമ്പ് എന്നെ വന്നു കാണണം."

"വരാം സാർ." മേനോൻ സമ്മതിച്ചു.

ഇതൊരു ശുഭസൂചനയാണെന്ന് ശിവരാമമേനോന് ഉൾവിളിയുണ്ടായി. പോസ്റ്റുമോർട്ടം കഴിഞ്ഞ് റിപ്പോർട്ടു കിട്ടിയാലേ പൊലീസിന്റെ അന്വേഷണം തുടങ്ങൂ. അതുവരെ സമയമുണ്ട്. ഈ ചുരുങ്ങിയ സമയത്തിനുള്ളിൽ കാര്യങ്ങൾ ഒരു കടവിലെത്തിക്കണം. വൃത്തികെട്ടവനായാലും മകനായിപ്പോയില്ലേ. ഏതൊക്കെ വഴിക്ക് അന്വേഷണം നടത്തിയാലും ഒരന്വേഷണവും ആ കുരുത്തംകെട്ടവന്റെ അടുത്തെത്തരുത്. അതിനെന്താണ് മാർഗ്ഗമെന്ന് ആലോചിച്ചു കണ്ടുപിടിക്കണം.

ഇൻസ്പെക്ടറും പൊലീസുകാരും മടങ്ങി. ശവമഞ്ചം ചുമന്നുകൊണ്ട് വാല്യക്കാർ അപ്പോഴേ ഒറ്റപ്പാലത്തേക്കു പുറപ്പെട്ടു കഴിഞ്ഞിരുന്നു. ആളുകൾ പിരിഞ്ഞുതുടങ്ങി. മേനോനോടു യാത്ര പറഞ്ഞ് അധികാരിയും പോയി.

കൊക്കരിണിപ്പറമ്പിൽ മേനോനും കുമാരനും മാത്രം.

"മൂത്താരേ..."

"എന്താ കുമാരാ?"

"നമ്മക്ക് പോണ്ടെ?"

"പോവാം."

സ്വപ്നാടനക്കാരനെപ്പോലെ ശിവരാമമേനോൻ പാടത്തേക്കിറങ്ങി. ചേലക്കോട്ടുപടിപ്പുര ലക്ഷ്യംവെച്ച് കാലുകൾ താനേ ചലിച്ചു.

പറമ്പോരത്തു നിൽക്കുന്ന പടുമരങ്ങളുടെ കാനലിൽ കണ്ടത്തിൽ കിടന്ന് പോത്തുകൾ അയവിറക്കുന്നു. കരിയും നുകവും ചുമലിൽവെച്ച് പോത്തുകളെ ആട്ടിത്തെളിച്ച് കുമാരൻ ശിവരാമമ്മൂത്താരുടെ പിന്നാലെ നടന്നു.

പടിപ്പുരവാതിൽ തള്ളിത്തുറന്ന് ശിവരാമേട്ടൻ വരുന്നത് തങ്കമ്മ കണ്ടു. ഉമ്മറത്തൂണു ചാരി നിൽക്കുകയായിരുന്നു അപ്പോഴും തങ്കമ്മ.

ശിമരാമേട്ടൻ കോലായിലേക്കു കേറിയില്ല. ഒതുക്കുകല്ലിൽത്തന്നെ നിന്നു.

"എണ്ണ കൊണ്ടുവാ. ഒന്നു തേച്ചു കളിക്കണം."

സോപ്പും തോർത്തും ഓടത്തിൽ എണ്ണയും കൊണ്ടുവന്ന് തങ്കമ്മ അരത്തിണ്ണയിൽ വെച്ചു.

മേനോൻ കുളിർക്കനെ തലയിലെണ്ണ തേച്ചു. മേലാസകലം എണ്ണ തടവി. സോപ്പും തോർത്തുമെടുത്ത് കുളത്തിലേക്കു നടന്നു. വഴിയോരത്തു കിടക്കുന്ന ചകിരിമണ്ടയിൽനിന്ന് ചകിരി ചീന്തിയെടുത്തു. കുളത്തിലിറങ്ങി മുങ്ങിനിവർന്നു. മേലാസകലം സമൃദ്ധമായി സോപ്പു പതപ്പിച്ച് ചകിരികൊണ്ടുരച്ച് മെഴുക്കിളക്കി. വീണ്ടും വെള്ളത്തിലിറങ്ങി. എത്ര മുങ്ങിനിവർന്നിട്ടും വൃത്തിയായില്ലെന്നൊരു തോന്നൽ. മനസ്സെന്നൊരു സാധനമുണ്ടെങ്കിൽ അതിനകത്താണ് ചെളി കട്ടപിടിച്ചിരിക്കുന്നത്. അത് അത്രവേഗം കഴുകിക്കളയാനാവില്ലെന്ന് മേനോന് തിരിച്ചറിവുണ്ടായി.

വലിയമുണ്ടും രണ്ടാംമുണ്ടും കുളപ്പടവിൽ നനച്ചുവെച്ചു. തോർത്തുമാത്രമുടുത്ത് മേനോൻ കോലായിലേക്കു കേറി.

കിണർ അപ്പാടെ തൊണ്ടയിലേക്കു കമഴ്ത്താനുള്ള ദാഹം വന്നു, അപ്പോൾ മേനോന്. ഒരാനയെത്തിന്നാനുള്ള വിശപ്പ്. വിശപ്പും ദാഹവും മറന്നിരിക്കയായിരുന്നു ഇത്രനേരം.

കുമ്പളങ്ങ മൊളകൂഷ്യവും കായമെഴുക്കുപുരട്ടിയും പുളിച്ച മോരും കടുമാങ്ങയും. വയറുനിറച്ച് ഊണു കഴിച്ചപ്പോൾ ആശ്വാസ മായി. നേരം പതിറ്റടി ചാഞ്ഞതേ ഉള്ളൂ. അന്തിത്തിരി വെക്കാൻ ഇനിയും സമയമുണ്ട്. അസമയത്ത് ആഹാരം കഴിക്കുന്ന ശീലമില്ല. ഭൂലോകം തകിടം മറിഞ്ഞ ദിവസമാണല്ലോ ഇന്ന്. എന്തു ചിട്ട കളാണ് ഇനി പാലിക്കേണ്ടത്!

മേനോൻ ചാരുകസേരയിൽ മലർന്നു കിടന്നു. തങ്കമ്മ ഭർത്താ വിന്റെ ചാരെ അരത്തിണ്ണയിൽ വന്നിരുന്നു. ഇപ്പോൾ മേനോൻ നടന്നതെല്ലാം ഭാര്യയോടു വിസ്തരിച്ചു പറഞ്ഞു. വള്ളിപുള്ളി വിടാതെ.

"ഇവനെ പൊലീസാര് കൊണ്ടുപോവില്ലേ?"

"കൊണ്ടുപോട്ടെ."

"ആണായിട്ടും പെണ്ണായിട്ടും നമ്മക്ക് ഒന്നല്ലേള്ളൂ?"

"ഒന്നുപോരെ, നഞ്ഞെന്തിനാ നാനാഴി?"

"എന്നാലും..."

"ഞാനൊന്നാലോചിക്കട്ടെ. നീ അകത്തു പോ."

ശിവരാമമേനോൻ ചിന്തയിലാണ്ടു. സൂര്യനസ്തമിച്ചതോ അന്തി വെളിച്ചം വറ്റിയതോ പരിസരം ഇരുട്ടിലാണ്ടതോ മേനോനറിഞ്ഞില്ല. കൂട്ടിയും കുറച്ചും അങ്ങനെ എത്രനേരമിരുന്നിട്ടുണ്ടാവുമെന്ന് മേനോന് ഒരു രൂപവുമുണ്ടായില്ല. ഇതിനിടയ്ക്കെപ്പൊഴോ തങ്കമ്മ കമ്പിറാന്തലു കൊളുത്തിക്കൊണ്ടുവന്ന് കോലായിലെ കമ്പിയിൽ തൂക്കിയിട്ടു പോയിരുന്നു. അതും മേനോന്റെ ശ്രദ്ധയിൽപ്പെട്ടില്ല.

ആറ്

തരവത്തു തറവാട്ടിൽ അന്ന് കാളരാത്രിയായിരുന്നു.

ഒരേയൊരറമുറിയും അടുക്കളയും ഇടനാഴിയും ഉമ്മറക്കോലായയും. മണ്ണുകുഴച്ചുണ്ടാക്കിയ ചുവരുകൾ. തല്ലിയൊതുക്കി ചാണകം തേച്ച നിലം. ചെത്തിത്തേക്കാത്ത ഭിത്തികളിൽ പല്ലികൾ ഓടി നടക്കുന്നു. പനമ്പട്ടമേഞ്ഞ ഈ പുരയെ ദേശക്കാർ ഇപ്പോഴും തരവത്തു തറവാടെന്നു വിളിച്ചു. പശു ചത്താലും മോരിലെ പുളി പോവില്ലല്ലോ.

കോലായിൽ മുട്ടച്ചിമ്മിനിവിളക്ക് മുനിഞ്ഞു കത്തുന്നു. ചുവരുചാരിയിരിക്കുകയാണ് കാർത്ത്യായിനിഅമ്മ. പാതിയും നരച്ച മുടി നിറുകയിൽ മാടിക്കെട്ടിവെച്ചിരിക്കുന്നു. അയഞ്ഞ റൗക്കയ്ക്കത്ത് നീരുവറ്റിയ മുലകൾ ഒട്ടിക്കിടന്നു. ഒന്നരയ്ക്കുമീതെ മടിയിട്ടു വാരിവലിച്ചുടുത്ത, കഴുകിക്കഴുകി നിറം മങ്ങിയ മുണ്ട് കാൽമുട്ടുകൾ കഷ്ടിച്ചു മറച്ചു. ചുക്കിച്ചുളിഞ്ഞ കൈപ്പടങ്ങൾ മടിയിൽവെച്ച് പ്രതിമ കണക്കേ അവർ.

അയൽപ്പക്കത്തെ സ്ത്രീകൾ കോലായിൽ കാർത്ത്യായിനി അമ്മയ്ക്കു കൂട്ടിരിക്കുന്നുണ്ട്. കോലായിൽനിന്ന് മുറ്റത്തേക്കു പിടിച്ചിട്ട രണ്ടു മരബെഞ്ചുകളിൽ ആണുങ്ങൾ കൂട്ടംകൂടുന്നു. ഒരേയൊരു മരക്കസേരയിൽ വാസുമാഷ്. കന്നുപൂട്ടാനും കിളയ്ക്കാനും പുര കെട്ടി മേയാനും മാത്രമറിയുന്നവരാണ് ബെഞ്ചിലിരിക്കുന്നത്. മാഷെന്തു പറയുന്നു എന്നാണ് കൂടിയിരിക്കുന്നവർ ശ്രദ്ധിക്കുന്നത്. മലയാളം മാത്രമല്ല, ഇംഗ്ലീഷും മാഷിനറിയാം. ഇംഗ്ലീഷ് വായിക്കും, എഴുതും. പച്ചവെള്ളംപോലെ പറയുകയും ചെയ്യുമെന്നാണ് ശ്രുതി. മാഷ് നിശ്ചയിക്കുന്നതുപോലെയാവണം കാര്യങ്ങൾ നീക്കേണ്ടത്.

രാത്രിമുഴുവൻ ഇട്ടിച്ചിരിയെ അന്വേഷിച്ചലയുകയായിരുന്നു അയൽപക്കത്തെ ചെറുപ്പക്കാർ. ക്ഷേത്രപരിസരത്തും പാടവരമ്പുകളിലും കുണ്ടനിടവഴികളിലും പട്ടച്ചൂട്ടുകൾ മിന്നി നടന്നു. നേരം

ഇരുണ്ടു കറുത്തിട്ടും ഇട്ടിച്ചിരി ക്ഷേത്രത്തിൽനിന്നു മടങ്ങിയെത്താഞ്ഞതുകൊണ്ടാണ് കാർത്ത്യായിനിയമ്മ അയൽക്കാരെ വിളിച്ചുകൂട്ടിയത്. എന്തുപറ്റി എന്റെ കുട്ടിക്ക്! പ്രദോഷം തൊഴുതിറങ്ങിയാൽ സന്ധ്യമയങ്ങുന്നതിനുമുമ്പ് വീട്ടിലെത്താറുള്ളതാണ്. ഇരുട്ടത്ത് വല്ല ഇഴജന്തുവിനേയും ചവിട്ടിക്കാണുമോ? വിഷം തീണ്ടിയതാണെങ്കിൽ വഴിയിൽ വീണുകിടക്കേണ്ടതല്ലേ. ഇട്ടിച്ചിരി നടന്നുവരാറുള്ള വഴികളിലെല്ലാം വാല്യക്കാർ അവളെത്തേടി നടക്കുകയായിരുന്നു, പുലരും വരെ. അടുക്കളയിൽ വീതനപ്പുറത്ത് കഞ്ഞി ആറിത്തണുത്തു. അയൽപ്പക്കത്തെ സ്ത്രീകൾക്കും അന്ന് ശിവരാത്രിയായി.

നേരം വെളുത്തുവരവേ, കൊക്കരിണിയിൽ ശവം പൊങ്ങിയിട്ടുണ്ടെന്ന വാർത്ത തരവത്തു വീട്ടിലെത്തി. അതെന്റെ പൊന്നുങ്കുടമാവരുതേ എന്ന് കാർത്ത്യായിനിയമ്മ മനസ്സുരുകി പ്രാർത്ഥിച്ചുകൊണ്ടിരിക്കുമ്പോഴാണ്, അത് ഇട്ടിച്ചിരിയുടെ ശവമാണെന്ന് കണ്ടന്റെ കെട്ടിയവൾ മുണ്ടി തരവത്തുവീട്ടിൽ വന്നു പറയുന്നത്.

അമ്മയുടെ അലമുറ കണ്ടുനിൽക്കുന്നവരുടെ കരളു പിളർന്നു. ഇട്ടിച്ചിരിയെ കൊക്കരിണിയിൽ കഴുത്തുഞെരിച്ചു കൊന്നിട്ടതാണെന്ന രഹസ്യം അമ്മയുടെ ചെകിട്ടിലെത്താതിരിക്കാൻ അവരെല്ലാവരും മനസ്സിരുത്തി. കേട്ട കേൾവി ശരിയാണോ എന്നുറപ്പിക്കാൻ വാസുമാഷും രണ്ടുമൂന്നു വാല്യക്കാരും കൊക്കരണിപ്പറമ്പിലേക്കു ചെന്നു.

കൊക്കരിണിയിൽനിന്നു വലിച്ചുകേറ്റി വെറും മണ്ണിൽ മലർത്തിക്കിടത്തിയ ഇട്ടിച്ചിരിയുടെ ശവം നോക്കിനിന്നപ്പോൾ മാഷിന്റെ കണ്ണു നിറഞ്ഞു. തെയ്യുണ്ണി ഇൻസ്പെക്ടർ വന്ന് ശവം ഇൻക്വസ്റ്റ് നടത്തുമ്പോഴും ശരീരം പായിൽ പൊതിഞ്ഞുകെട്ടി ഒറ്റപ്പാലത്തേയ്ക്കെടുത്തപ്പോഴും വാസുമാഷ് കൊക്കരിണിപ്പറമ്പിലുണ്ടായിരുന്നു. മാഷ് വേഗം തരവത്തേക്കുതന്നെ മടങ്ങി.

രാവിലെ നേരത്തെ ഒറ്റപ്പാലത്തെത്തണം. കൂടെ അഞ്ചാറാളുകളും വേണം. പോസ്റ്റുമോർട്ടം കഴിഞ്ഞ് ശവം വിട്ടുകിട്ടാൻ ഉച്ച കഴിയും. അതിനുമുമ്പ് പൊലീസ് സ്റ്റേഷനിൽ ചെന്ന് ഇൻസ്പെക്ടറെ കാണണം. ഇൻസ്പെക്ടറുടെ മുമ്പിലിരിക്കാനും കാര്യങ്ങൾ സംസാരിക്കാനും വാസുമാഷിനെക്കൊണ്ടേ കഴിയൂ. എന്നിട്ടുവേണം ആസ്പത്രിയിലെത്താൻ. ശവം കൊണ്ടുപോകാനുള്ള കാറ് നേരത്തേ ഏർപ്പാടാക്കണം. ചുരുക്കം കാറുകളേ ആസ്പത്രിപ്പടിക്കൽ കാണൂ. ശവം കേറ്റുന്നത് ഒരേയൊരു കാറിൽ മാത്രം. ചൊറിപിടിച്ച ആ കാറിന്റെ നാലു വാതിലും തുറന്നുവെച്ച് ഒരു കാക്കിക്കുപ്പായക്കാരൻ കിടന്നുറങ്ങുന്നുണ്ടാവും, പിൻസീറ്റിൽ.

ആസ്പത്രിഗെയ്റ്റിൽനിന്ന് കുറച്ചകന്നു മാറിക്കിടക്കുന്ന കാറിന്റെ ദൃഷ്ടിയിൽപ്പെടാതിരിക്കാൻ ശ്രദ്ധിക്കും, ആസ്പത്രിയിലെത്തുന്നവർ. ആസ്പത്രിക്കട്ടിലിൽക്കിടന്ന് പ്രാണൻ പോയവർക്കും ശരീരം കീറിമുറിച്ച് തുന്നിക്കെട്ടി ശവമുറിയിൽ ഉപേക്ഷിക്കപ്പെട്ടവർക്കും ചൊറിപിടിച്ച ഈ കാറ് അനുഗ്രഹമാണ്.

കുട്ടികൾക്ക് നാലക്ഷരം പറഞ്ഞുകൊടുക്കുന്ന ആളായതുകൊണ്ടും ആപൽബാന്ധവനായതുകൊണ്ടും വാസുമാഷോട് ആദരവാണ് ദേശക്കാർക്ക്. ഇട്ടിച്ചിരിയുടെ കാര്യത്തിലും തന്നാലാവുന്നത് മാഷ് ചെയ്യേണ്ടിയിരിക്കുന്നു.

ആവതില്ലാതായെങ്കിലും മനയ്ക്കലെ അടിച്ചുതളിയുണ്ട് കാർത്ത്യായിനിയമ്മയ്ക്ക്. ലക്ഷ്മീദേവിയുടെ കടാക്ഷം തരവത്തെ ചില താവഴികൾക്കായിരുന്നു. അതിനാലാവണം, തറവാടിത്തം ആ താവഴികൾക്കൊപ്പം പോയി. കാർത്ത്യായിനിയമ്മയ്ക്കു കിട്ടിയത് രണ്ടു പെൺമക്കളേയും മനയ്ക്കലെ അടിച്ചുതളിക്കാരിയെന്ന ദുഷ്പേരും. കാർത്ത്യായിനിയമ്മയുടെ ഭർത്താവ് കുട്ടിശ്ശങ്കരൻനായരെ രാത്രി വഴിനടന്നു വരുമ്പോൾ കാലമ്പാമ്പു കൊത്തി. നേരത്തോടു നേരം കിടന്നില്ല. അദ്ധ്വാനിയായിരുന്നു. നിലം പാട്ടത്തിനെടുത്ത് നട്ടു നെല്ലുണ്ടാക്കി. പള്ളിയാലുകളിൽ വാഴവെച്ചു. ചേനക്കൃഷി ചെയ്തു. കൊയ്തുകേറിയ കണ്ടത്തിൽ കായ്ക്കറിയുണ്ടാക്കി. കുടുംബത്തിൽ ഒന്നിനും ഒരു കുറവും വരുത്തിയില്ല.

സർപ്പദംശനമേറ്റു മരിക്കാനായിരിക്കും കുട്ടിശ്ശങ്കരൻനായരുടെ വിധി. മുജ്ജന്മപാപം. അല്ലാതെന്തു പറയാൻ! ദാരിദ്ര്യം ദുസ്സഹമായപ്പോൾ കാർത്ത്യായിനിയമ്മ മനയ്ക്കലെ പണിക്കു പോയിത്തുടങ്ങി.

മൂത്തമകൾ കുട്ടിമാളു, അവളുടെ നായരുടെ കൂടെ തൃശ്ശിനാപ്പിള്ളിയിൽ കഴിയുന്നു. സേതുമാധവന് അവിടെ ചായക്കടയാണ്. അടുക്കളയിൽ കുട്ടിമാളു. മേശ തുടയ്ക്കാനും സപ്ലൈയ്ക്കും കാശെണ്ണിമേടിക്കാനും സേതു. രണ്ടു കുട്ടികൾ. രണ്ടും പെണ്ണ്. കടയോടു ചേർന്ന ഒറ്റമുറിയിലാണ് അവരുടെ താമസം. ഓണം, വിഷു, തിരുവാതിരയ്ക്കും കാവിലെ താലപ്പൊലിക്കും അവർ നാട്ടിൽ വരും. ഓരോ വരവിനും അമ്മയ്ക്കു കൊടുക്കാൻ എന്തെങ്കിലും കുട്ടിമാളു സ്വരൂപിച്ചുവെച്ചിട്ടുണ്ടാവും.

വാസുമാഷ് സേതുവിന് കമ്പിയടിച്ചിട്ടുണ്ട്. നാളെ വൈകുന്നേരത്തേക്ക് പ്രതീക്ഷിച്ചാൽ മതി. ഏടത്തിയും മക്കളും വരുന്നതുവരെ ഇട്ടിച്ചിരി ഈ കോലായിൽ കിടക്കും.

ഇട്ടിച്ചിരി എട്ടാംക്ലാസു ജയിച്ചില്ല. അവളെ ഒന്നുകൂടി പരീക്ഷയ്ക്കിരുത്തണമെന്ന് വാസുമാഷിന് നിർബന്ധം. എട്ടാംക്ലാസു

പാസാവുകയാണെങ്കിൽ ടീച്ചർട്രെയ്നിങ്ങിനു വിടാമെന്ന് മാഷ് കണക്കുകൂട്ടി. അവൾ പരീക്ഷ ജയിക്കുമെന്ന് മാഷിനുറപ്പുണ്ട്. ബുദ്ധിയുള്ള കുട്ടിയാണ്.

"അവളായിട്ട് ഈ തറവാട് നന്നാവും. ഏടത്തി കണ്ടോളൂ."

വാസുമാഷ് അങ്ങനെ പലയാവർത്തി പറഞ്ഞപ്പോൾ, കാർത്ത്യായിനിയമ്മക്കു ധൈര്യമായി. പഠിക്കാൻ ഇട്ടിച്ചിരിക്കും ഉത്സാഹം വന്നു. പാഠങ്ങൾ വായിച്ചുപഠിച്ചും സംശയങ്ങൾ അപ്പപ്പോൾ മാഷോടു ചോദിച്ച് ദൂരീകരിച്ചും ഇട്ടിച്ചിരി പരീക്ഷാദിവസം കാത്തിരുന്നു.

"കാക്കയും പരുന്തും കൊണ്ടുപോകാതെ സ്വന്തം ചിറകിനടിയിൽ നിർത്തിയാണ് എന്റെ കുട്ടിയെ വളർത്തിയത്." കാർത്ത്യായിനിയമ്മ കണ്ണീരൊഴുക്കി.

ആരാന്റെ മുറ്റമടിക്കാനും പാത്രം കഴുകാനും അവളെ പറഞ്ഞയയ്ക്കില്ലെന്ന് അമ്മ ഉറപ്പിച്ചിരുന്നു.

തിരണ്ടു തീണ്ടാരി തുടങ്ങിയതിൽ പിന്നീട് ഒരിക്കലെങ്കിലും ഇട്ടിച്ചിരിയെ അമ്മ മനയ്ക്കലെ മുറ്റത്തേക്കു കൊണ്ടുപോയില്ല.

"എവിടേ ഇട്ടിച്ചിരി? നിണക്ക് വയ്യാണ്ടാവ്ല്ലേ കാർത്ത്യായിനീ. കയ്യും പണീം പഠിക്കട്ടെ ആ പെണ്ണ്."

"അവള് പഠിക്കാൻ പോവാണ് അമ്മാത്തോലേ."

"ഉള്ള പഠിപ്പൊക്കെ മതി. ഇവടത്തെ മഹള്ടേര് സ്കൂളിൽ പോയിട്ടില്ലലോ, ഉവ്വോ? ന്ന്ട്ടെന്താ, രാമായണോം ഭാഗവതോം വായിക്കിണില്ലേ. ലളിതാസഹസ്രനാമം തെറ്റുകൂടാതെ ചൊല്ല്ണില്ലേ?"

കാർത്ത്യായിനിയമ്മ മറുത്തൊന്നും പറയാൻ നിന്നില്ല. അമ്മാത്തോലിന്റെ ഉള്ളിലിരുപ്പെന്താണെന്ന് മനസ്സിലായിട്ടുണ്ട്. ചോരയും നീരുമുള്ള പെൺകിടാവിനെ വേണം മനയ്ക്കലെ പണിവലിക്കാൻ. അതുമാത്രല്ല, മൂത്ത തിരുമേനിയുടെ അനുജൻ രാമപ്ഫനെ സൂക്ഷിക്കണം. നമ്പൂരിയില്ലങ്ങളിൽനിന്ന് അപ്ഫന്മാർക്ക് വേളി പറഞ്ഞിട്ടില്ലാത്തതുകൊണ്ട് രാമപ്ഫൻ നാടുനീളെ സമ്മന്തം വെയ്ക്കുന്നുണ്ട്. ഒന്നുവിട്ടാൽ വേറൊരു പെണ്ണ്. ആ ദുഷ്ടന്റെ ദൃഷ്ടിയിലെങ്ങാനും പെട്ടുപോയാലോ, രാമപ്ഫൻ ഇട്ടിച്ചിരിയെ അന്വേഷിച്ചു വരും. കാര്യസ്ഥൻ കേശവന്നായരാണ് അപ്ഫന്റെ കൂട്ട്. ചൂട്ടുപിടിച്ച് അയാൾ രാമപ്ഫന്റെ മുമ്പേ നടക്കും. അയാളും സ്ത്രീവിഷയത്തിൽ ഒട്ടും മോശക്കാരനല്ല. രണ്ടിനേയും ഒരു നുകത്തിൽ കെട്ടാം.

പന്തിയല്ലെന്നു കണ്ടാൽ കേശവന്നായരു വരുമ്പോൾ പട്ടച്ചൂലെടുക്കാം. രാമപ്ഫനെ മുഷിപ്പിച്ചാലോ, ഇരിക്കുന്ന വീട്ടിൽനിന്നിറക്കി

വിടാനും രാമപ്ഫൻ വിചാരിച്ചാൽ കഴിയും. ഉപദ്രവിക്കണമെന്നു വിചാരിച്ചാൽ ഉപദ്രവിക്കാം. മനയ്ക്കലെ കാണമാണ് കുടിയിരിപ്പ്. കുളിയും തേവാരവും പുരാണപാരായണവുമായിക്കഴിയുന്ന മൂത്ത തിരുമേനി ഇതൊന്നും അറിഞ്ഞെന്നു വരില്ല. രാമപ്ഫനാണ് കൈകാര്യം. സങ്കടം ബോധിപ്പിച്ചാലും തിരുമേനി പറയും: എല്ലാം ഭഗവാന്റെ മായ!

ഇട്ടിച്ചിരി പരീക്ഷ ജയിച്ച് ടീച്ചർ ട്രെനിങ്ങിനു പോകുന്നതും സാരിയുടുത്ത് സ്കൂളിൽ കുട്ടികളെ പഠിപ്പിച്ചുകൊണ്ടു നിൽക്കുന്നതും മനോരാജ്യം കണ്ട് കാർത്ത്യായിനിയമ്മ മനയ്ക്കലെ പൂമുഖവും തെക്കിനിയും വടക്കിനിയും താഴത്തും മുകളിലുമുള്ള കുടുസ്സുമുറികളും തുടച്ചു മിനുപ്പിക്കുകയും പാത്രങ്ങൾ വെണ്ണീറിട്ട് ഉരച്ചു കഴുകി വെളുപ്പിക്കുകയും ചെയ്തു. അത്യദ്ധ്വാനം ചെയ്ത് അവരുടെ നടുവൊടിഞ്ഞു. നടപ്പ് കൂനിക്കൊണ്ടായി.

കറവവറ്റിയ ഈ തള്ളപ്പശുവിനെ വിറ്റുമാറ്റണമെന്ന് അമ്മാത്തോല് വിചാരിക്കാൻ തുടങ്ങിയിട്ട് ഇശ്ശി കാലമായി. കാർത്ത്യായിനിയുടെ തൊഴുത്തിൽ നിൽക്കുന്നുണ്ടല്ലോ ഒരു പൈക്കിടാവ്. അതിനെ മനയ്ക്കലേക്ക് നടതള്ളണം. ഏട്ഠ സമ്മതിക്കണ്ടേ. പെണ്ണിനെ പഠിപ്പിച്ച് ടീച്ചറാക്കണംത്രെ. മോഹിക്കട്ടെ. മോഹിച്ചതൊക്കെ നടന്നൂന്ന് വരില്ലല്ലോ.

ഏഴ്

അകത്തു വന്നു കിടക്കൂ എന്ന് തങ്കമ്മ പലവുരു പറഞ്ഞിട്ടും ശിവ രാമമേനോൻ ചാരുകസേരയിൽനിന്നെണീറ്റില്ല.

"നീ പോയിക്കിടന്നോ."

ഗത്യന്തരമില്ലാതെ തങ്കമ്മ വടക്കേ അറയിലേക്കു ചെന്നു. കിടക്കയിൽ കിടന്ന് വെറുതെ കണ്ണുകളടച്ചു. ഇന്നുറങ്ങാൻ പറ്റുമെന്നു തോന്നുന്നില്ല. അപ്പു താഴേക്കിറങ്ങിവന്നതേയില്ല. അത്താഴപ്പഷ്ണി കിടക്കരുതെന്ന് എത്ര പറഞ്ഞിട്ടും അവൻ കേട്ടതായി നടിച്ചില്ല. അവൻ പുറംതിരിഞ്ഞു കിടക്കുകയായിരുന്നു. ഉറങ്ങുകയാണോ അതോ ഉണർന്നു കിടക്കുകയാണോ? ആർക്കറിയാം. പഷ്ണി കിടക്കട്ടെ. ചത്തുപോവുകയാണെങ്കിൽ പോട്ടെ. ഇങ്ങനെയൊരു മകനെ പെറ്റുവളർത്തിയിട്ടില്ലെന്നു വിചാരിക്കാം.

ഇട്ടിച്ചിരിയുടെ മുഖം മനസ്സിൽനിന്നു മായുന്നില്ല. സുന്ദരിക്കുട്ടി. അവളാണ് കൊക്കരിണിയിൽ ചീർത്തു ശവമായിപ്പൊങ്ങിയത്. ഈ ക്രൂരത ചെയ്യാൻ എങ്ങനെ എന്റെ മകനു കരളുറപ്പുണ്ടായി! അവൻ തന്നെ അച്ഛനോടതേറ്റുപറഞ്ഞില്ലായിരുന്നെങ്കിൽ ആരു പറഞ്ഞാലും വിശ്വസിക്കില്ലായിരുന്നു.

ചാരുകസേരയിൽ കിടന്നുതന്നെ ശിവരാമമേനോൻ മയങ്ങി. മയക്കത്തിൽ കാണാൻ പാടില്ലാത്ത സ്വപ്നങ്ങൾ കണ്ടു. കൊക്കരിണിയിൽനിന്ന് വലിച്ചുകേറ്റി മണ്ണിൽ മലർത്തിക്കിടത്തിയ ഇട്ടിച്ചിരിയുടെ വികൃതമായ ശരീരം. തെയ്യുണ്ണി ഇൻസ്പെക്ടറുടെ കൊമ്പൻമീശ. കഴുത്തിൽ കുരുക്കുവീണ് അനക്കമറ്റു തൂങ്ങിനിൽക്കുന്ന അപ്പു.

അടയും ചക്കരയുംപോലെ അപ്പുവും ഇട്ടിച്ചിരിയും തമ്മിൽ നല്ല ചേർച്ചയുണ്ടല്ലേ എന്ന് ഒരുനാൾ തങ്കമ്മ പറയുകയുണ്ടായി. അതു ശരിയാണെന്ന് മേനോനും തോന്നിയിരുന്നു. നല്ല കുട്ടി. പട്ടിന്റെ

സ്വഭാവം. പഠിപ്പുണ്ട്. അവൾ മരുമകളായി വരുന്നത് തങ്കമ്മയ്ക്കും മേനോനും സന്തോഷംതന്നെ.

തറവാട്ടുപോയി ഇക്കാര്യം കാർത്ത്യായിനിയേടത്തിയോടു പറയണം, മുഹൂർത്തം നിശ്ചയിക്കണം എന്നു മേനോൻ വിചാരിച്ചു. ഏറ്റവുമടുത്ത ശുഭമുഹൂർത്തത്തിൽ അവരുടെ കല്യാണം. ശിവക്ഷേത്രത്തിൽവെച്ചു താലികെട്ട്. തറവാട്ടു വീടിന്റെ മുറ്റത്തു പന്തലിട്ട് വിഭവസമൃദ്ധമായ സദ്യ. സർവചിലവും മേനോന്റെ വക. കാർത്ത്യായിനിയേടത്തി എതിർപ്പു പറയും. അവർ അഭിമാനിയാണ്. സാരമില്ല. അവരെ പറഞ്ഞു സമ്മതിപ്പിക്കാം.

അങ്ങനെ സന്തോഷമായി ദിവസങ്ങൾ നീങ്ങുമ്പോഴാണ് കേൾക്കാൻ സുഖമില്ലാത്ത ഒരു വിശേഷം തങ്കമ്മ ഭർത്താവിനോടു പറഞ്ഞത്. തങ്കമ്മ പനിപിടിച്ചു കിടന്ന ആ ദിവസങ്ങളിൽ അപ്പുവും ഇട്ടിച്ചിരിയും ശാരീരികമായി ബന്ധപ്പെട്ടിട്ടുണ്ടോ എന്നു സംശയമുണ്ട്. എന്നാലെത്രയും പെട്ടെന്ന് നിങ്ങളുടെ കല്യാണം നടത്താമെന്ന് തങ്കമ്മ മകനെ ആശ്വസിപ്പിച്ചു.

വിദ്യാഭ്യാസവും ലോകവിവരവും സമ്പത്തുമില്ലാത്ത അവളെ ഭാര്യയാക്കാനവനുദ്ദേശ്യമില്ലെന്ന്!

"പിന്നെന്തിനാടാ നീയവളെ..."

"അവളല്ലേ സൂക്ഷിക്കേണ്ടത്?"

അവന്റെ മറുപടി കേട്ട് ഞെട്ടിപ്പോയെന്നാണ് തങ്കമ്മ രാത്രി മേനോനോടു പറഞ്ഞത്.

"അവനു താൽപ്പര്യമില്ലെങ്കിൽ വേണ്ട."

അരുതാത്തതെന്തെങ്കിലും ആ കുട്ടിക്കു സംഭവിച്ചിട്ടുണ്ടെങ്കിലോ. ഒരു പോംവഴിയും തോന്നാതെ തങ്കമ്മയും മേനോനും ഉരുകി.

കൊക്കരിണിയിൽനിന്ന് കേറ്റിക്കിടത്തിയ ശവം ആരുടേതാണെന്നു തിരിച്ചറിഞ്ഞപ്പോൾ, രണ്ടും രണ്ടും കൂട്ടിയാൽ നാലാണെന്ന് മേനോനുറപ്പായി. അപ്പുവാണതിനു കാരണക്കാരനെന്ന് ബോധ്യം വന്നു. പക്ഷേ കൊലയാണെന്നല്ലേ അച്ചേട്ടൻ പറയുന്നത്? അവനങ്ങനെ ചെയ്യുമെന്ന് വിശ്വസിക്കാൻ മനസ്സു സമ്മതിച്ചില്ല.

അവനെന്താണ് പറയാനുള്ളതെന്നു കേൾക്കാൻവേണ്ടി ഒന്നു വിരട്ടി നോക്കിയതായിരുന്നു. അറിയേണ്ടതെല്ലാം അച്ഛൻ അറിഞ്ഞിട്ടാണ് വന്നിരിക്കുന്നതെന്ന് അവൻ വിചാരിച്ചുകാണും. അതാണവൻ കുറ്റമേറ്റു പറഞ്ഞത്.

കിഴക്കു വെള്ള കീറുന്നതിനുമുമ്പേ മേനോൻ വടക്കേ അറയുടെ

വാതിലിൽ മുട്ടി. തങ്കമ്മ ഉറങ്ങാതെ കിടക്കുകയായിരുന്നു. അവർ തട്ടിപ്പിടഞ്ഞെണീറ്റു.

"കിടക്ക്ണില്ലേ?"

"നീ ഒരു ചായണ്ടാക്ക്. ഞാൻ കുളിച്ചു വരാം. വേഗം കഞ്ഞി കാലാക്കണം. ഒറ്റപ്പാലത്തു പോണം. കൃഷ്ണമേനോൻവക്കീലിനെ കാണണം."

തങ്കമ്മ ചായ ഉണ്ടാക്കിക്കൊണ്ടുവന്നു. വൈകുന്നേരം കറന്ന പാല് ഇത്തിരി ഉറിയിലടച്ചുവെച്ചിരുന്നു.

"എന്തിനാ വക്കീലിനെ കാണുന്ന്?"

"വക്കീലിനെ കൂട്ടിവേണം തെയ്യുണ്ണി ഇൻസ്പെക്റെ കാണാൻ."

അങ്ങനെ തീരുമാനിച്ചത് ഉചിതമായെന്ന് തങ്കമ്മയ്ക്കു തോന്നി.

മേനോൻ കമ്പിറാന്തലെടുത്ത് കുളത്തിലേക്കു നടന്നു. കുളി കഴിഞ്ഞു വന്നപ്പോഴേക്കും തങ്കമ്മ കഞ്ഞി വിളമ്പിവെച്ചിരുന്നു. ചുട്ട പപ്പടം. പയറ്റുകൊണ്ടാട്ടം. വെറും വയറോടെ ഒരുവഴിക്കിറങ്ങേണ്ട. പൊലീസ് സ്റ്റേഷനിലേക്കാണ് പോകുന്നത്. എത്രമണിക്ക് തിരിച്ചു പോരാം എന്നൊന്നും പറയാൻ പറ്റില്ല. പിടിച്ചുവെക്കാനാണ് ദുഷ്ടനു തോന്നുന്നതെങ്കിലോ. എന്തും ചെയ്യാൻ മടിയില്ലാത്ത ആളാണെന്ന് പറഞ്ഞു കേൾക്കുന്നു. അതുകൊണ്ടാണ് വക്കീലിനെ കൂട്ടിപ്പോകാമെന്നു വെച്ചത്.

ഒറ്റപ്പാലം ബാറിലെ സീനിയർ വക്കീലാണ് കൃഷ്ണമേനോൻ. മേനോനെ ധിക്കരിച്ചുകൊണ്ട് എന്തെങ്കിലും പ്രവർത്തിക്കാൻ തെയ്യുണ്ണി ഇൻസ്പെക്ടർക്കായാലും ധൈര്യം വരില്ല.

അപ്പോഴേക്കും നേരം വെളുത്തു. മേനോൻ പടിപ്പുരവാതിൽ തുറന്ന് പാടത്തേക്കിറങ്ങി. രണ്ടാംമുണ്ടുകൊണ്ട് ചെവിയടച്ചുകെട്ടി. മഞ്ഞു പെയ്യുന്നുണ്ട്. പാടവരമ്പുകളിൽ പതിഞ്ഞുപടർന്നുകിടക്കുന്ന കറുകപ്പുല്ലിൽ കണ്ണീരുപോലെ മഞ്ഞുതുള്ളികൾ പറ്റി നിൽക്കുന്നു. പുല്ലിൽ ചവിട്ടുമ്പോൾ കാൽപാദങ്ങൾ നനയുന്നു.

വീർത്ത ചാക്കുസഞ്ചി ഒതുക്കിപ്പിടിച്ചു. തവളക്കണ്ണൻ നോട്ടിന്റെ കെട്ടുകളാണ് സഞ്ചിയിൽ. ഇരുപത്തയ്യായിരം ഉറുപ്പികയുണ്ട്. കാലങ്ങളായി സ്വരുക്കൂട്ടി വെച്ച കാശ്. നെല്ലും തേങ്ങയും വിറ്റ വക. പത്തായത്തിനകത്ത് പിച്ചളകെട്ടിയ ചെറിയ മരപ്പെട്ടിയിലാണ് പണം സൂക്ഷിപ്പ്. പത്തായത്തിന്റെ താക്കോല് തങ്കമ്മയുടെ മുണ്ടുപെട്ടിയിൽ വെയ്ക്കും. ഇരുപതിനായിരം ഇൻസ്പെക്ടർക്ക്. വക്കീലിനെന്തെങ്കിലും കൊടുക്കേണ്ടിവരില്ലേ.

തെക്കേപാടത്ത് മുപ്പതുപറയ്ക്ക് നിലം നോക്കിവെച്ചതായിരുന്നു. മനയ്ക്കലെ വസ്തു. മൂത്ത തിരുമേനിയുടെ രണ്ടാമത്തെ മകളുടെ

വേളിക്ക് അസാരം പണം വേണം. മൂത്തകുട്ടിയുടെ വേളി കഴിഞ്ഞിട്ട് കൊല്ലം ഒന്നു തികഞ്ഞിട്ടില്ല. പണത്തിന് വലിവുണ്ട്; തെക്കേ പാടത്തെ വസ്തു വിൽക്കേണ്ടിവരും. നോക്കി നടത്താനും ബുദ്ധിമുട്ട്. കാര്യസ്ഥൻ കേശവന്നായരാണ് രഹസ്യം മേനോനു ചോർത്തിക്കൊടുത്തത്.

മൂത്ത തിരുമേനിയെ മുഖം കാണിക്കാൻ കേശവന്നായരും കൂടെ വന്നു. വിൽക്കാനാണെങ്കിൽ അടിയനു തരണേ തിരുമേനീ എന്ന് ശിവരാമമേനോൻ താണുതൊഴുതു നിന്നു. അങ്ങനെ ആവട്ടെ എന്ന് തിരുമേനി ഉറപ്പു പറഞ്ഞു. പ്രാണൻ പോയാലും അദ്ദേഹം വാക്കു മാറില്ല.

ആഴിയപ്പാടത്തെ മുപ്പതുപറ നിലം തൽക്കാലം മറക്കാം. കുരുത്തംകെട്ടവന്റെ കഴുത്തിൽ കൊലക്കയറു വീഴാതെ നോക്കണ്ടേ. ഏഴു തലമുറ കഴിഞ്ഞാലും ഇട്ടിച്ചിരിയുടെ ശാപം തറവാടു വിട്ടൊഴിഞ്ഞുപോവില്ല. പാവം കുട്ടിയെ കഴുത്തു ഞെരിച്ചുകൊന്ന് കിണറ്റിലിട്ടവനെയാണ് അവന്റെ അച്ഛൻ നിയമത്തിന്റെ കുരുക്കിൽനിന്ന് രക്ഷപ്പെടുത്താൻ തുനിഞ്ഞിറങ്ങിയിരിക്കുന്നത്.

ഇട്ടിച്ചിരിക്ക് മുണ്ടുകൊടുക്കാൻ ആ മഹാപാപിക്കെന്തായിരുന്നു തടസ്സം? പട്ടിണിയും പരിവട്ടവുമാണെങ്കിലും അമ്മ മനയ്ക്കലെ അടിച്ചുതളിക്കാരിയാണെന്നാലും തരവത്തുവീട്ടുകാർ പഴയ തറവാട്ടുകാരാണ്. ശിവരാമമേനോന്റെ വകയിലൊരമ്മാവൻ സമ്മന്തം വെച്ചിരിക്കുന്നത് വടക്കേ തരവത്താണ്. ഇട്ടിച്ചിരിയെ താലികെട്ടി തറവാട്ടിലേക്കു കൂട്ടിക്കൊണ്ടു വരുന്നതിന് ആർക്കാണ് വിരോധം!

അവന്, മകനെന്നു പറയുന്ന ആ സർപ്പസന്തതിക്ക്. അവന്റെ അവസ്ഥയ്ക്കൊത്ത പെണ്ണല്ലെന്നായിരിക്കും ഉള്ളിലിരുപ്പ്. ബി.എ. പരീക്ഷ കഴിഞ്ഞു. നല്ല മാർക്കോടെ ജയിക്കും. അതിലൊരു സംശയവും വേണ്ട. ബി.എ. കഴിഞ്ഞാൽ ഉയർന്ന ഉദ്യോഗം കിട്ടുമെന്നവൻ എപ്പോഴും പറയുന്നു. സന്തോഷമുള്ള കാര്യം.

എന്തു പ്രയോജനം! മൃഗത്തെപ്പോലെയല്ലേ അവൻ പെരുമാറിയത്. മൃഗവും ഇത്ര ക്രൂരത കാണിക്കില്ല. നരിയായാലും പുലിയായാലും ആഹാരത്തിനുവേണ്ടി മാത്രമേ ജീവഹത്യ നടത്തൂ.

അവനെ പാലക്കാട്ടെ കോളേജിലയച്ചു പഠിപ്പിച്ചതാണ് വിനയായത്. ഈ നിലയ്ക്ക് എന്തൊക്കെ കുരുത്തേക്കേടുകളായിരിക്കും അവൻ പാലക്കാട്ടു കാണിച്ചുകൂട്ടിയിട്ടുണ്ടാവുക. ഒന്നോ രണ്ടോ മാസം കൂടുമ്പോഴാണ് അവൻ വീട്ടിലൊന്നു വന്നുപോകുന്നത്; കീശ കാലിയാവുമ്പോൾ. ഇല്ലെന്നു പറയാൻ മനസ്സു സമ്മതിക്കാത്തതുകൊണ്ട് അവൻ വരുമ്പോൾ പത്തായം തുറക്കുന്നു. പച്ചനോട്ടുകളുടെ കെട്ട് പെട്ടിയിൽ വെച്ചു കൊടുക്കുന്നു.

വെയിലു മൂക്കുന്നതിനു മുമ്പേ ശിവരാമമേനോൻ ഒറ്റപ്പാലത്തെത്തി. പാലാട്ടുറോഡിലാണ് വക്കീലിന്റെ വീട്. വർഷങ്ങളായി വക്കീലിന് മേനോനെ അറിയാം. വക്കീലും കക്ഷിയും തമ്മിലുള്ള ബന്ധം മാത്രമല്ല, അതിനുമപ്പുറത്തുള്ള സൗഹൃദം.

എലിയെ പിടിക്കാനും കലമുടയ്ക്കാനും കഴിവുള്ളയാളാണ് കൃഷ്ണമേനോൻ. തെയ്യുണ്ണി ഇൻസ്പെക്ടറെ ഒറ്റയ്ക്കു ചെന്നു കാണാൻ ധൈര്യം പോരാ. വക്കീലിനെ കൂടെക്കൂട്ടണം. ആവശ്യപ്പെട്ടാൽ വരും. വരാതിരിക്കില്ല.

കൃഷ്ണമേനോൻ രാവിലത്തെ നടത്തമെന്ന നിലക്ക് വിശാലമായ മുറ്റത്ത് അങ്ങോട്ടുമിങ്ങോട്ടും നടക്കുന്നുണ്ടായിരുന്നു. മേലനങ്ങുന്ന പണികളൊന്നും ചെയ്യാൻ വകുപ്പില്ലാത്തതുകൊണ്ടായിരിക്കണം രാവിലത്തെ ഈ നടത്തം.

അതിരാവിലെത്തന്നെ ശിവരാമമേനോൻ മുമ്പിൽ പ്രത്യക്ഷപ്പെട്ടപ്പോൾ വക്കീൽ അതിശയിച്ചു.

"എന്താ ശിവരാമാ പതിവില്ലാത്ത നേരത്ത്, അകത്തിരിക്കാം."

"വേണ്ട. കുറച്ചു സ്വകാര്യം പറയാനുണ്ട്. ഇവിടെ നിന്നുകൊണ്ട് പറയാം. വേറാരും കേൾക്കണ്ട."

"എന്നാൽ ഓഫീസുമുറിയിലിരിക്കാം. അതാ സൗകര്യം."

തെക്കേമുറ്റത്തിനരികിലുള്ള ഔട്ട്ഹൗസാണ് വക്കീലിന്റെ ആപ്പീസ്. വള്ളിപുള്ളി വിടാതെ ശിവരാമമേനോൻ നടന്ന സംഭവങ്ങൾ വിവരിച്ചു. വക്കീലിനോടും വൈദ്യനോടും നുണ പറയരുത്.

മകൻ ഈ നിമിഷംവരെ ചിത്രത്തിലില്ല. പൊലീസന്വേഷണം അവനിലേക്കെത്തിക്കൂടെന്നില്ല. പൊലീസ്സ്റ്റേഷനിൽപോയി തെയ്യുണ്ണി ഇൻസ്പെക്ടറെ കാണണം. വക്കീലും വരണം.

"എന്താ ശിവരാമന്റെ ആവശ്യം?"

"ഒരു കാരണവശാലും അവൻ പ്രതിയാവരുത്. ആരേയും പ്രതിയാക്കണ്ട. കേസ് തെളിവില്ലാതെ പൊയ്ക്കോട്ടെ. പോയവളോ പോയി. മകനൊരു കയ്യബദ്ധം പറ്റിയതാണ്. എന്നോട് അവനതേറ്റു പറഞ്ഞിട്ടുണ്ട്."

"എനിക്കെന്തു ചെയ്യാൻ പറ്റും?"

"ഇരുപതിനായിരം ഉറുപ്പികയുണ്ട്. ഈ പണം ഇൻസ്പെക്ടർക്കു കൊടുക്കണം. അയാളെ പറഞ്ഞു സമ്മതിപ്പിക്കണം. വക്കീലും കൂടെ വരണം."

"ശിവരാമനിൽനിന്ന് ഇതു ഞാൻ പ്രതീക്ഷിച്ചില്ല."

“മകനായിപ്പോയില്ലേ, അതും ഒരേയൊരാൺതരി.”

“എന്നെക്കൊണ്ട് ഈ പാപം ചെയ്യിക്കണോ?”

“ചെയ്യിക്കുന്ന എനിക്കല്ലെ ദൈവശിക്ഷ കിട്ട്വാ, വക്കീലല്ലല്ലോ കുറ്റക്കാരൻ. വേറെ വഴിയില്ലാ മേന്നെ.”

കൃഷ്ണമേനോൻ കുറച്ചധികംനേരം തന്റെ ലെതർചെയറിൽ പിന്നാക്കം ചാഞ്ഞ് കണ്ണടച്ചിരുന്നു.

“ശരി. ആ മഹാപാപം ഞാൻ ചെയ്യാം. വാ ശിവരാമാ, നമുക്ക് കാപ്പി കഴിക്കാം.”

“കഞ്ഞി കുടിച്ചിട്ടാ മേന്നെ വീട്ടിന്നെറങ്ങീത്. വിശപ്പുണ്ടായിട്ടല്ല. ജീവൻ കിടക്കണ്ടേ.”

ശിവരാമമേനോന് ഒറ്റ മകനാണെന്നും അവൻ പാലക്കാട്ട് കോളേജിൽ പഠിക്കുകയാണെന്നും വക്കീലിനറിയാം. പഠിക്കാൻ മിടുക്കനാണെന്നും കേട്ടിട്ടുണ്ട്. പറഞ്ഞുകേട്ടതു വെച്ചു നോക്കുമ്പോൾ ശേഖരൻകുട്ടിക്ക് വധശിക്ഷയിൽ കുറഞ്ഞതൊന്നും പ്രതീക്ഷിക്കേണ്ട. തെയ്യുണ്ണി ഇൻസ്പെക്ടറുടെ കഴുകൻകണ്ണുകൾ മേനോന്റെ തൃപ്പുത്രനിലേക്കെത്താനാണ് സാധ്യത കൂടുതൽ. കരുതിക്കൂട്ടിച്ചെയ്തതോ, അതോ കയ്യബദ്ധം പറ്റിയതോ! അവനെ രക്ഷപ്പെടുത്തിയെടുക്കുന്നത് ഒന്നാലോചിക്കുകയാണെങ്കിൽ ഒരു പുണ്യകർമ്മമാണ്. ശിവരാമനുവേണ്ടി അതു ചെയ്തേ പറ്റൂ. അയാൾക്ക് വായ്ക്കരിയിടാനും ആത്മാവിനെ പരലോകത്തേക്ക് പറഞ്ഞയയ്ക്കാനും ഒരു പുത്രൻ വേണം.

എണ്ണയിട്ടു മിനുക്കിയ മൈലൻകാളയെപ്പോലെ കൃഷ്ണമേനോന്റെ കറുത്ത ഷെവർലേ കാർ ഷെഡ്ഡിൽ നിൽക്കുന്നു. വക്കീൽ കാർ സ്റ്റാർട്ടാക്കി.

“കയറ് ശിവരാമാ.”

കാറിൽ കയറിയിരിക്കുമ്പോൾ ചാക്കുസഞ്ചി ഭദ്രമല്ലേ എന്ന് ശിവരാമമേനോൻ ഉറപ്പുവരുത്തി.

കൃഷ്ണമേനോൻ കാറ് തോട്ടക്കരയ്ക്കു വിട്ടു. സർക്കാരാസ്പത്രിയും താണ്ടി കാറ് മുന്നോട്ടുപോയി. ഇടത്തുതിരിഞ്ഞ് ഒരിടറോഡിൽ കേറി. ആ വഴിയോരത്തായിരുന്നു തെയ്യുണ്ണി ഇൻസ്പെക്ടറുടെ വാടകവീട്.

ഗെയ്റ്റ് തുറന്നുകിടന്നിരുന്നു. ചിരപരിചയംകൊണ്ട് വക്കീൽ കാറ് മുറ്റത്തേക്കോടിച്ചുകേറ്റി. മുറ്റത്തിന്റെ തെക്കേയരികു ചേർന്ന് പൊലീസ് ജീപ്പ് വിശ്രമിക്കുന്നു. തെക്കും കിഴക്കും വരാന്തകളുള്ള, ഓടിട്ട രണ്ടുനില മാളിക. ഇൻസ്പെക്ടർ ഒറ്റയ്ക്കാണ് താമസമെന്നാണ് വക്കീലു പറഞ്ഞത്. കണ്ണൂരുകാരൻ. ഭാര്യയും മക്കളും

സ്വദേശത്തു കഴിയുന്നു. മുതുകത്തു പുരവെച്ചു നടക്കുന്നവരാണല്ലോ പൊലീസുകാര്.

കാറിന്റെ ഇരമ്പം കേട്ടായിരിക്കണം, ഇൻസ്പെക്ടർ വരാന്തയിലേക്കു വന്നു. കയ്യുള്ള വെള്ള ബനിയനും കാക്കിട്രൗസറും. സ്റ്റേഷനിലേക്കു പുറപ്പെടുകയാവണം.

വക്കീലിനെക്കണ്ട് തെയ്യുണ്ണി ഇൻസ്പെക്ടർ ചിരിച്ചു. പ്രതിയെക്കാണുമ്പോഴുള്ള കൊലച്ചിരിയല്ല, ഇത് സൗഹൃദത്തിന്റെ ചിരിയാണ്.

"വരണം വക്കീലെ. അകത്തേക്കിരിക്കാം."

വക്കീലിന്റെ കൂടെ നിൽക്കുന്ന ശിവരാമമേനോനെ ഇൻസ്പെക്ടർ ഗൗനിച്ചില്ല.

കാത്തുനിൽക്കാൻ ശിവരാമമേനോനോടാംഗ്യം കാണിച്ച് കൃഷ്ണമേനോൻ ഇൻസ്പെക്ടറോടൊപ്പം അകത്തേക്കു പോയി.

വരാനിരിക്കുന്ന നിമിഷങ്ങളിൽ അസുരവിത്തിന്റെ വിധി എഴുതപ്പെടും. അവനെ വെറുതെ വിടണോ അതോ തൂക്കിക്കൊല്ലണോ എന്ന് സംഹാരരുദ്രനായ തെയ്യുണ്ണി ഇൻസ്പെക്ടർ നിശ്ചയിക്കും. ഈ കാലന്റെ കക്ഷത്തെന്തിനാണ് തലവെച്ചു കൊടുക്കുന്നത്! വിനാശകാലേ വിപരീതബുദ്ധി എന്ന് ശിവരാമമേനോൻ വേവലാതിക്കൊണ്ടു.

ചുവർക്ലോക്കിന്റെ പെൻഡുലംപോലെ സ്വന്തം ഹൃദയം ചെകിട്ടിലുച്ചത്തിൽ മിടിക്കുന്നത് ശിവരാമമേനോൻ കേട്ടുകൊണ്ടുനിന്നു. മിനിട്ടുകൾക്ക് മണിക്കൂറുകളുടെ നീളം. കാത്തിരുപ്പിനവസാനം കുറിച്ചുകൊണ്ട് വക്കീൽ വരാന്തയിലേക്കു വന്നു. ശിവരാമമേനോനെ കൈകാട്ടി വിളിച്ചു. ചാക്കുസഞ്ചി കയ്യിലൊതുക്കിപ്പിടിച്ച് മേനോൻ ഒതുക്കുകൾ കേറി.

"നോട്ടുകെട്ട് അയാളുടെ മേശപ്പുറത്തു വെയ്ക്ക്. ഒന്നും പേടിക്കണ്ട. എല്ലാം ഞാൻ പറഞ്ഞിട്ടുണ്ട്." വക്കീൽ അടക്കം പറഞ്ഞു.

വക്കീലിന്റെകൂടെ മേനോൻ തളത്തിലേക്കു ചെന്നു. മേശയ്ക്കു പിന്നിൽ, വലിയ മരക്കസേരയിൽ, അസുര രാജാവിനെപ്പോലെ തെയ്യുണ്ണി ഇൻസ്പെക്ടർ.

ശിവരാമമേനോൻ പൊതി മേശപ്പുറത്തു വെച്ചു.

"എത്ര?"

"ഇരുപതിനായിരം."

"ധൈര്യായിട്ട് പോണം മേന്നേ. ഞാനായിട്ട് ഓന് ശിക്ഷ വാങ്ങിക്കൊടുക്കില്ല. തക്കതായ ശിക്ഷ നിങ്ങള്തന്നെ കൊടുത്തിരിക്കണം.

ഇല്ലെങ്കിൽ, എഴുതിവെച്ചോ മേന്നെ, നിങ്ങടെ അന്തകനായിട്ടു വരും ആ കഴുവേറിമോൻ."

"ശരി സാർ" എന്നു മാത്രം പറഞ്ഞ്, തെയ്യുണ്ണി ഇൻസ്പെക്ടറെ താണുതൊഴുത്, മേനോൻ പുറത്തേക്കു പോന്നു. തൊട്ടുപിന്നാലെ വക്കീലും.

മടക്കത്തിൽ രണ്ടായിരം ഉറുപ്പികയുടെ ഒരു കെട്ട് ശിവരാമമേനോൻ വക്കീലിനെ പിടിപ്പിക്കാൻ നോക്കി.

"വേണ്ട ശിവരാമാ. ഒന്നാമത്, താനെന്റെ ചങ്ങാതി. രണ്ടാമത്, മുകളിലിരിക്കുന്നവൻ ഇതെല്ലാം കാണുന്നുണ്ട്. എന്നെക്കൊണ്ട് ഇനിയും പാപം ചെയ്യിക്കരുത്."

വക്കീലിനെ നിർബന്ധിക്കുന്നത് ശരിയല്ലെന്ന് മേനോനും ബോധ്യപ്പെട്ടു.

എട്ട്

തരവത്തുവളപ്പിന്റെ തെക്കുഭാഗത്ത് ഇട്ടിച്ചിരിക്ക് ചിതകൂട്ടി.

ആരു തീ കൊളുത്തും ചിതയ്ക്ക്? രണ്ടു പെൺമക്കളാണ് കാർത്ത്യായിനിയമ്മയ്ക്ക്. കുട്ടിമാളുവിനാണെങ്കിലും രണ്ടു പെൺ കുട്ടികൾ. തിരിതെരച്ചൊരു ആൺകുട്ടിയുണ്ടാവാൻ അമ്മയ്ക്കും മകൾക്കും യോഗമുണ്ടായില്ല.

വാസുമാഷുതന്നെ അതിനും പരിഹാരം കണ്ടു.

"ഞാൻ കൊളുത്താം ചിതയ്ക്ക്."

മാഷ് കണ്ണുതുടച്ചു.

വയസ്സു മൂത്തവര് ചിതകൊളുത്താൻ പാടില്ലല്ലോ മാഷെ എന്നു പറയാനാർക്കും മനസ്സു വന്നില്ല. മാഷിന്റെ ഇഷ്ടം അതാണെങ്കിൽ അങ്ങനെ.

ആറടി നീളത്തിൽ ആഴത്തിൽ കുഴികുത്തി, അതിനു മുകളിലാണ് ചിത കൂട്ടുന്നത്. വളപ്പിന്റെ തെക്കേയതിരിൽ നിന്ന മുവ്വാണ്ടൻമാവ് വെട്ടി വിറകാക്കി. അലറിവിളിച്ചുകൊണ്ടാണ് മാവ് നിലംപൊത്തി യത്. ഇട്ടിച്ചിരിക്ക് ഭൂമി വിട്ടുപോകാൻ ഇഷ്ടമില്ല. മരം അലമുറ യിടുന്നതിന്റെ ശാസ്ത്രം അതാണെന്ന് വയസ്സുമൂത്തവർ അടക്കം പറഞ്ഞു. ചിതയ്ക്കടിയിൽ ചിരട്ടകളിട്ടിരുന്നു. വടക്കേവീട്ടിലെ രാഘ വൻ ചിരട്ടകൾക്കുമീതെ ഇരുന്നാഴിയോളം വെളിച്ചെണ്ണ കൊണ്ടു വന്നൊഴിച്ചു. കത്തിച്ച ഓലച്ചൂട്ട് വാസുമാഷ് ചിതയ്ക്കടിയിൽ കാണിച്ചു. തീ ആളിപ്പടർന്നു.

പച്ചവിറകിൽ അഗ്നി കേറിപ്പിടിക്കാൻ സമയമെടുത്തു. പിന്നീട് ഒരു നിലവിളിയോടെ ചിത കത്താൻ തുടങ്ങി. ചിതയുടെ നടുഭാഗം കത്തിയമർന്ന് കുഴിയിലേക്കിരുന്നു.

വെള്ളം നിറച്ച പച്ചക്കുടം മാഷ് തലയിൽ വെച്ചു. രാഘവൻ മട വാളുകൊണ്ട് കൊത്തി കുടത്തിന്റെ പള്ളയ്ക്ക് ദ്വാരമുണ്ടാക്കി.

കണ്ണീരുകണക്ക് വെള്ളം മണ്ണിലേക്ക് ഒഴുകിവീണുകൊണ്ടിരുന്നു. മാഷ് ചിതയ്ക്കുചുറ്റും മൂന്നു വലംവെച്ചു. ചിതയുടെ കാൽക്കൽ പുറംതിരിഞ്ഞുനിന്ന് കുടം തലയ്ക്കുമീതെ ചിതയിലേക്കിട്ടു.

ചിത കത്തിത്തീരുംവരെ കാത്തുനിൽക്കാതെ കൂടിനിന്നവരെല്ലാവരും പിരിഞ്ഞു. നടുഅറ്റ് വെള്ളം കൊടുക്കുന്നതോടെ മരിച്ചയാളുടെ ദേഹപാശം അറ്റു എന്നാണ് സങ്കൽപം. ശേഷം ശ്മശാനത്തിൽ നിൽക്കരുത്. എല്ലുകൾ കടിച്ചുപൊട്ടിച്ചും മജ്ജ നക്കിത്തുടച്ചും അഗ്നി മാത്രം ചിതയിൽ മദിക്കുന്നുണ്ടാവും.

മക്കളെ കൂട്ടി കുട്ടിമാളുവും ഇട്ടിച്ചിരിക്കു രാത്രിമുഴുവൻ കൂട്ടിരുന്ന അയൽക്കാരികളും ബന്ധുക്കളുമായ സ്ത്രീകളും നടുപ്പാടത്തുള്ള കല്ലങ്കുളത്തിലേക്കു പുറപ്പെട്ടു. അപ്പോഴും കാർത്ത്യായിനിയമ്മ കോലായിലെ ചുമരുചാരി ഒറ്റയിരിപ്പായിരുന്നു. തുള്ളിക്കണ്ണീരുപോലും ഈ തള്ളയുടെ കണ്ണിൽ പൊടിയുന്നില്ലല്ലോ എന്ന് സ്ത്രീകൾ അതിശയപ്പെട്ടു. അവരുടെ കണ്ണീരെപ്പൊഴോ വറ്റിപ്പോയിരുന്നു. നിർബന്ധിച്ചെണീപ്പിച്ച് കൈപിടിച്ചു നടത്തേണ്ടിവന്നു, അമ്മയെ കുട്ടിമാളുവിന്.

എങ്ങനെ എന്റെ മകൾ ആ പൊട്ടക്കിണറ്റിൽ വീണു? കൊക്കരിണിയുടെ വക്കത്ത് പൂവേതെങ്കിലും വിരിഞ്ഞുനിൽക്കുന്നതു കണ്ട് അവൾ പറമ്പിലേക്കു കേറിപ്പോയതാവുമോ. കാലുതെറ്റി കൊക്കരിണിയിലേക്കു വീണതാവുമോ? അങ്ങനെയാവാനേ തരമുള്ളൂ എന്ന് അമ്മ വിശ്വസിച്ചു.

ഇട്ടിച്ചിരിയുടെ കർണ്ണഞരമ്പുകളിൽ ചോര കല്ലിച്ചു കിടന്നിരുന്നുവെന്ന് അമ്മയോടാരും പറഞ്ഞില്ല. കൊക്കരിണിപ്പറമ്പിൽ പൊലീസുവന്ന കാര്യവും അയൽപ്പക്കത്തുള്ളവർ അമ്മയിൽനിന്ന് മറച്ചുവെച്ചു.

ഒമ്പത്

ഒറ്റപ്പാലത്തുനിന്ന് ശിവരാമമേനോൻ വേഗം മടങ്ങി. ടൗണിൽ വരുമ്പോഴൊക്കെ മീൻമാർക്കറ്റിൽനിന്ന് നന്നായുപ്പിട്ടുണക്കിയ കണ്ണൻ സ്രാവോ പാൽസ്രാവോ വാങ്ങുന്ന ശീലമുണ്ട് മേനോന്. തേക്കിന്റിലയിൽ പൊതിഞ്ഞുകെട്ടി അടുപ്പിന്റെ നേരെ മുകളിൽ ഉറിയിൽ വെക്കും. ആവശ്യത്തിനു മുറിച്ചെടുത്ത് ഉള്ളിയും മുളകും അരച്ചു പുരട്ടി വെളിച്ചെണ്ണയിൽ വറുത്തെടുത്താൽ, ഒഴിച്ചുകൂട്ടാൻ എന്തു കറിയായാലും വിരോധമില്ല, ഊണു സുഖമാവും. പീടികമുക്കിൽ അദ്രൂമാന്റെ കടയിലും ഉണക്കമീൻ കിട്ടും. പഴക്കച്ചൂരുണ്ടാവും. ഒന്നിച്ചൊരു മാസത്തേക്കുവേണ്ട പലവ്യഞ്ജനങ്ങളും വാങ്ങുന്നത് ഒറ്റപ്പാലത്തുനിന്നുതന്നെ. അന്ന് കുമാരനേയും കൂട്ടും. നാരായണ വൈദ്യരുടെ വൈദ്യശാലയിൽനിന്ന് തങ്കമ്മക്ക് കഞ്ഞുണ്യാദി എണ്ണയും മേനോന് ധന്വന്തരം കുഴമ്പും. സാധനങ്ങൾ ചാക്കിലാക്കി കുമാരൻ തലയിലേറ്റും.

ഒന്നിനും ഇന്നുത്സാഹം തോന്നുന്നില്ല. വീട്ടിലേക്കും പോകണമെന്നില്ല. വണ്ടികേറി നേരെ കാശിക്കോ രാമേശ്വരത്തേക്കോ പോയാലോ? കാശിയിലെത്തി ഗംഗയിൽ മുങ്ങിയാലോ, രാമേശ്വരത്തുപോയി കടലിൽ തർപ്പണം നടത്തിയാലോ ഈ പാപം കഴുകിക്കളയാനാവില്ലെന്ന് മേനോനു നല്ല നിശ്ചയമുണ്ട്. മുജ്ജന്മ പാപംകൊണ്ടായിരിക്കണം ഇങ്ങനെയൊരു സൽപുത്രനുണ്ടായത്. മുടിയാൻകാലത്തു കുലച്ച മുച്ചീർപ്പൻ. അനുഭവിക്കാനുള്ളത് അനുഭവിച്ചുതന്നെ തീരണ്ടേ.

പിശാചിന്റെ കുട്ടിക്കാണല്ലോ അമ്മിഞ്ഞ കൊടുത്തു വളർത്തിക്കൊണ്ടുവന്നതെന്ന് തങ്കമ്മ സങ്കടപ്പെടുന്നുണ്ടാവും. ഒറ്റയ്ക്കിരുന്ന് ഉരുകുന്നുണ്ടാവും അവൾ. അവളെ സമാധാനിപ്പിക്കാൻ അടുത്ത് ഞാനുണ്ടാവണം.

ആ കരിമൂർഖനെ ഇന്നുതന്നെ പടിയിറക്കി വിടണം. എവിടേയെങ്കിലും പോയിത്തുലയട്ടെ. ഇങ്ങനെയൊരു മകനില്ലെന്നു വിചാരിച്ച് ശിഷ്ടകാലം കഴിച്ചുകൂട്ടാം.

ചെന്നുകയറിയപാടേ ശിവരാമമേനോൻ തങ്കമ്മയോടെല്ലാം വിസ്തരിച്ചു പറഞ്ഞു.

"അവനെവിടെ?"

"പെട്ടിതൂക്കി ഇറങ്ങിപ്പോണ കണ്ടു."

"എവിടേക്കാണെന്നു ചോദിച്ചില്ലേ?"

"ചോദിച്ചു. കമാന്നൊരക്ഷരം മിണ്ടിയില്ല."

"പുകഞ്ഞ കൊള്ളി പുറത്ത്. നീ ചോറു വിളമ്പ്."

മേനോന് ആശ്വാസമായി. അവന്റെ തിരുമോന്ത കാണാതെ കഴിഞ്ഞല്ലൊ.

അധികം വൈകാതൊരു ദിവസം തെയ്യുണ്ണി ഇൻസ്പെക്ടറുടെ വരവുണ്ടാകുമെന്നും കേസന്വേഷണം പൊടിപൂരമായി നടക്കുമെന്നും ശിവരാമമേനോൻ പേടിച്ചു. ഞാനായിട്ട് മേനോന്റെ മകന് ശിക്ഷ വാങ്ങിക്കൊടുക്കില്ലെന്ന് ഇൻസ്പെക്ടർ വാക്കു പറഞ്ഞിട്ടുണ്ടെങ്കിലും അതു വിശ്വസിച്ച് അടങ്ങിയിരിക്കാൻ മേനോന് ധൈര്യം വന്നില്ല. ഉറങ്ങുന്ന ഉറക്കത്തിലും ഈ വർഗ്ഗത്തിനെ വിശ്വസിച്ചു കൂടാ. കള്ളന്മാരും പിടിച്ചുപറിക്കാരുമായിട്ടാണല്ലോ ഇവരുടെ സഹവാസം. ഓന്തിനെപ്പോലെ നിറം മാറുന്ന വർഗ്ഗം. കൃഷ്ണമേനോനിടപെട്ട കേസായതുകൊണ്ട് ഇൻസ്പെക്ടർ ചുവടു മാറ്റിച്ചവിട്ടില്ലെന്നു സമാധാനിക്കാം.

ശിവരാമമേനോൻ ഒറ്റപ്പാലത്തുപോയിവന്നതിന്റെ പിറ്റേന്നിന്റെ പിറ്റേന്ന്, കാലത്തൊരു പത്തുമണിക്ക്, തെയ്യുണ്ണി ഇൻസ്പെക്ടറും പൊലീസുകാരും കൊക്കരിണിപ്പറമ്പിലെത്തി. എത്തിയ ഉടനെ മേനോനെ കൂട്ടിക്കൊണ്ടുവരാൻ ഒരു പൊലീസുകാരനെ അയച്ചു.

ചുവന്ന തൊപ്പിക്കാരൻ പടിപ്പുര കടന്നുവരുന്നതു കണ്ട് മേനോനു നാക്കു വരണ്ടു. കൊല്ലാനായാലും വളർത്താനായാലും ഇൻസ്പെക്ടറെ അങ്ങോട്ടുചെന്നു കണ്ടേ പറ്റൂ. ഒട്ടും നേരം കളയാതെ മേനോൻ മുറ്റത്തേക്കിറങ്ങി. വേവലാതിപൂണ്ട് ഉമ്മറക്കട്ടിള ചാരിനിൽക്കുകയാണ് തങ്കമ്മ.

"നാലഞ്ചുപേർക്ക് ഊണുണ്ടാക്കിക്കോ. കോഴി വറുത്തരച്ചു വെയ്ക്ക്. പൊലീസുകാരെ ഊണിനു വിളിക്കണം."

തൊടിയിൽ കൊത്തിയും കിളച്ചും നിൽക്കുകയാണ് കുമാരൻ. അവനെ കൈകാട്ടി വിളിച്ചു. കുമാരൻ ഓടിവന്നു.

"കൊക്കരിണിപ്പറമ്പിൽ പൊലീസു വന്നിട്ടുണ്ട്. ഒരു ചേവലിനെ കൊന്ന് പൂടപറിച്ച് തങ്കമ്രാൾക്ക് കൊടുക്ക്. വറുത്തരച്ചുവെയ്ക്കട്ടെ.

തണ്ടാൻവേലായുധന്റെ കുടിയിലുണ്ടാവും സ്വയമ്പൻ സാധനം. ഒരു കുപ്പി വാങ്ങിക്കോ. പൈസ എത്രേച്ചാൽ നാളെ വന്നു വാങ്ങി ക്കോളാൻ പറ."

പടിപ്പുരയ്ക്കു പുറത്ത് പൊലീസുകാരൻ കാത്തുനിൽക്കുന്നു. ശിവരാമമേനോൻ അയാളോടൊപ്പം കൊക്കരിണിപ്പറമ്പിലേക്കു നടന്നു.

കാവിലെ ഭഗവതിക്ക് ചുറ്റുവിളക്കും കൂട്ടുപായസവും നേർന്നു, തങ്കമ്മ. വെട്ടു തല്ലായിപ്പോണേ എന്ന് മനസ്സുനൊന്തു പ്രാർത്ഥിച്ചു.

സൂര്യൻ തലയ്ക്കു മുകളിലെത്തിയിട്ടും കൊക്കരിണിപ്പറമ്പിൽ നിന്ന് പൊലീസുകാർക്ക് ഒരു തുമ്പും കിട്ടിയില്ല. ഇറ്റു ശ്വാസത്തിനു വേണ്ടി പിടയുന്ന നേരത്ത് അക്രമിയുടെ കുപ്പായത്തിൽ പെണ്ണ് പിടിയിട്ടിട്ടുണ്ടാവാം. പിടിച്ചേടം കീറിപ്പോരാം. ഓടിപ്പോകുന്ന പോക്കിൽ അവന്റെ ചെരുപ്പ് ഊരിപ്പോവാം. കിണറിന്റെ ചുറ്റും അരിച്ചുപെറുക്കിയതും പൊന്തകൾ വകഞ്ഞുനോക്കിയതും വെറുതെ യായി.

വെറുതെയായെന്ന് കൂടെവന്ന പൊലീസുകാർ വിശ്വസിച്ചു. പറ മ്പിലേക്കു കേറിവരുന്ന വഴിയുടെ ഇടതുഭാഗത്ത് കുറ്റിച്ചെടികൾക്കടി യിൽ ഒരു തിളക്കം കണ്ട് തെയ്യുണ്ണി ഇൻസ്പെക്ർ അങ്ങോട്ടു ചെന്നു. ലാത്തികൊണ്ട് പൊന്ത വകഞ്ഞുനോക്കി. രണ്ടുകട്ടയുടെ ഒരു ടോർച്ച്! കുനിഞ്ഞ്, മറ്റാരും ശ്രദ്ധിക്കുന്നില്ലെന്നുറപ്പു വരുത്തി, ടോർച്ചു കൈക്കലാക്കി. മാത്രനേരംകൊണ്ട് ടോർച്ച് കുപ്പായത്തിന്റെ മേൽബട്ടൺ തുറന്ന് അകത്തേക്കിട്ടു. ഈ ഒരു തെളിവു മതി മേനോന്റെ മകനെ പ്രതിയാക്കാൻ. തിരികെ നടന്നുവന്ന് കൊക്കരി ണിക്കുചുറ്റും വലത്തുവെച്ചു.

"എടാ, ആ തെങ്ങിന്റെ തടത്തിലൊന്നു നോക്ക്."

പൊലീസുകാർ തെങ്ങിന്റെ തടം ചികയാൻ പോയ തക്കം നോക്കി ഇൻസ്പെക്ടർ തൊണ്ടി കൊക്കരിണിയുടെ ആഴത്തിലേ ക്കിട്ടു.

"കോൺസ്റ്റബിളുമാരാരെങ്കിലുമാണ് ടോർച്ചു കണ്ടെടുത്തതെ ങ്കിൽ കുഴഞ്ഞതുതന്നെ. മേന്നേ, നിങ്ങടെ കള്ളക്കഴുവേറിമോന്റെ നല്ല സമയം. നാട്ടുകാരെ പറമ്പിലേക്കു തള്ളിക്കേറാൻ വിടാതെ വിരട്ടി നിർത്തിയതും നന്നായി. ഒരു വിളിപ്പാടകലെ നിൽപ്പാണ് പണിയും തൊരവുമില്ലാത്ത കുറെയെണ്ണം. അതിക്രമിച്ചുകേറുന്ന വന്റെ മുട്ടുകാലു തല്ലിയൊടിക്കും എന്നു ഭീഷണിപ്പെടുത്തിയ പ്പോഴാണ് ആളുകൾ മാറിനിന്നത്."

അധികാരിയുടെ നിഗമനം ശരിയായിരുന്നു. മുങ്ങിമരണമല്ലെന്ന് പോസ്റ്റുമോർട്ടം റിപ്പോർട്ടിൽ വ്യക്തമായിപ്പറയുന്നു. മുങ്ങിമരണ മാണെങ്കിൽ ശ്വാസകോശത്തിൽ വെള്ളം കടന്നിട്ടുണ്ടാവും. കർണ്ണ ഞരമ്പിലേൽപിച്ച ക്ഷതംതന്നെ മരണകാരണം.

അങ്ങിങ്ങായി പടുമരങ്ങളുണ്ടെങ്കിലും ഉച്ചവെയിലത്ത് തെയ്യുണ്ണി ഇൻസ്പെക്ടർ പരവേശംകൊണ്ടു. കൊലപാതകിയെ ഇപ്പൊ പൊലീസു കണ്ടുപിടിക്കും എന്നു പ്രതീക്ഷയോടെ പാടത്തു വെയിലുകൊണ്ടു നിൽക്കുന്ന പുരുഷാരത്തിന്റെ കൂട്ടത്തിൽനിന്ന് കുപ്പാണ്ടിയെ ശിവരാമമേനോൻ കുമാരനെവിട്ടു വിളിപ്പിച്ചു. ഒരു കുല ഇളനീരു വെട്ടിയിറക്കിച്ചു. ഇൻസ്പെക്ടർ ഒറ്റവീർപ്പിന് മൂന്നിള നീരു കുടിച്ചു. നല്ല മധുരം. ആശ്വാസമായി. കുപ്പാണ്ടി ഈരണ്ടിള നീര് മൂന്നു പൊലീസുകാർക്കും വെട്ടിക്കൊടുത്തു.

കൊക്കരിണിപ്പറമ്പിലെ അന്വേഷണം അവസാനിപ്പിച്ച് ഇൻസ് പെക്ടറും പൊലീസുകാരും മേനോന്റെ കൂടെ ചേലക്കോട്ടേക്കു പുറപ്പെട്ടു.

തമ്പുരാക്കന്മാർക്കുവേണ്ടി വേലായുധൻ പ്രത്യേകമായി വാറ്റി മണ്ണിൽ കുഴിച്ചിട്ടു വെയ്ക്കുന്ന വിശേഷപ്പെട്ട സാധനം കുമാരൻ ചില്ലുഗ്ലാസിൽ പകർന്ന്, ഇളനീരിന്റെ വെള്ളവും ചേർത്ത്, ഇൻസ് പെക്ടറുടെ സമക്ഷത്തു വെച്ചു. രണ്ടുഗ്ലാസ് അകത്തുചെന്നപ്പോൾ ക്ഷീണം പമ്പ കടന്നു. ഏമാൻ ഊണുകഴിക്കാൻ മൂത്താരുടെ കൂടെ തളത്തിലേക്കു കടന്ന നേരത്ത് വേലായുധന്റെ സ്പെഷ്യല്, കൂടെ വന്ന പൊലീസുകാർക്കും ഒഴിച്ചുകൊടുത്തു.

വറുത്തരച്ച കോഴിക്കറികൂട്ടി വയറുനിറച്ചൂണു കഴിച്ച് ഇൻസ്പെ ക്ടർ കോലായിലെ ചാരുകസേരയിൽ മലർന്നു കിടന്നു.

“മേന്നെ. അടുത്ത കാലത്തൊന്നും ഇതുപൊലൊരൂണ് കഴിച്ചി ട്ടില്ല. ഒന്നു കണ്ണടയ്ക്കട്ടെ. ഒരു മൂന്നുമണിക്ക് ചത്തവളുടെ വീട്ടിൽ പോണം.”

മയക്കത്തിനുമുമ്പ് ശബ്ദം താഴ്ത്തി, ഇതുകൂടി ഇൻസ്പെക്ടർ മേനോനോടു പറഞ്ഞു: “പെണ്ണിന് വയറ്റിലുണ്ടായിരുന്നു.”

പുണ്ണിൽ കൊള്ളിവെച്ചപോലെ മേനോൻ വെന്തുനീറി.

തങ്കമ്മ ഉണ്ടാക്കിക്കൊണ്ടുവന്ന വെട്ടിയാൽ മുറിയാത്ത കാപ്പിയും ഒരു ചീർപ്പു പൂവമ്പഴവും അകത്താക്കി തെയ്യുണ്ണി ഇൻസ്പെക്ടർ പടിയിറങ്ങി. കുമാരൻ വഴികാട്ടിയായി.

തരവത്തുവീട്ടിൽ ഒറ്റമുറിയിൽ ചുരുണ്ടുകിടക്കുകയായിരുന്നു കാർത്ത്യായിനിയമ്മ. കുട്ടിമാളു അടുക്കളയിൽ തീപിടിപ്പിക്കുന്നു.

തെയ്യുണ്ണി ഇൻസ്പെക്ടർ ചവിട്ടിക്കേറിവന്നപ്പോൾ കുട്ടിമാളു ഉമ്മറത്തേക്കു ചെന്നു. ബൂട്ടിന്റെ ഒച്ചകേട്ട് കാർത്ത്യായിനിയമ്മയും എണീറ്റു. കോലായിലെ ആകെയുള്ള മരക്കസേരയിൽ ഇൻസ്പെക്ടർ അമർന്നിരുന്നു. കൊമ്പൻമീശ പിരിച്ചു.

ഇൻസ്പെക്ടർ എത്രയൊക്കെ ചികഞ്ഞു ചോദിച്ചിട്ടും അനുകൂലമായെന്തെങ്കിലും വിവരം ഇൻസ്പെക്ടർക്കു കൊടുക്കാൻ കാർത്ത്യായിനിയമ്മയ്ക്കു കഴിഞ്ഞില്ല. എന്റെ കുട്ടിക്ക് വഴിവിട്ട ഒരു ബന്ധവും ഉണ്ടായിട്ടില്ലെന്ന് കാർത്ത്യായിനിയമ്മ ഉറപ്പിച്ചു പറഞ്ഞു.

ഇട്ടിച്ചിരിക്ക് ഗർഭമുണ്ടായിരുന്നു എന്ന സത്യം ഇൻസ്പെക്ടർ മറച്ചുവെച്ചു. കത്തുന്ന തീയിലെന്തിന് എണ്ണയൊഴിക്കണം?

തരവത്തെ ഇല്ലിപ്പടി കടക്കുമ്പോൾ ഇൻസ്പെക്ടർക്കു കുറ്റബോധമുണ്ടായി. അതിന്റെ ആവശ്യമില്ലെന്ന് അയാൾ സ്വയം ശാസിച്ചു. ശിവരാമമേനോന്റെ മകൻ ശേഖരൻകുട്ടിയാണ് ഈ കൃത്യം നടത്തിയതിനെന്താണ് തെളിവ്?

കേസിൽ തെളിവാണ് പ്രധാനം. തെളിവു മാത്രം.

ഉറുപ്പിക ഇരുപതിനായിരം പോക്കറ്റിലായി. ഒരു തെങ്ങുമ്പറമ്പ് നോക്കിവെച്ചിട്ടുണ്ട്, നാട്ടിൽ, വീടിന്റെ അയൽപ്പക്കത്ത്. വില പറഞ്ഞുറപ്പിച്ചു. അച്ചാരവും കൊടുത്തു. ആറുമാസത്തേക്കാണ് കരാറെഴുതിയത്. ആറുമാസവും പിന്നെയൊരു നാലുമാസവും കഴിഞ്ഞു.

ഇട്ടിച്ചിരിയുടെ കൊലപാതകക്കേസ് ഇവിടെ അവസാനിപ്പിക്കാം. തെളിയാത്ത ഒരു കേസുകൂടി.

തെങ്ങുമ്പറമ്പിന്റെ റജിസ്ട്രേഷൻ നടക്കട്ടെ, എത്രയും പെട്ടെന്ന്.

പത്ത്

കഴിഞ്ഞ കന്നിയിൽ രണ്ടാഴ്ച പനിച്ചു കിടന്നു തങ്കമ്മ. എണീറ്റു നിൽക്കാൻപോലും വയ്യാത്ത അവസ്ഥ. ഭക്ഷണം കഴിക്കാനല്ലാതെ അടുക്കളഭാഗത്തേക്കു കടക്കാറില്ല ശിവരാമേട്ടൻ. ഒരു ചായ വെക്കാൻപോലും ശീലിച്ചിട്ടില്ല. ബി.എ. പരീക്ഷയെഴുതി അപ്പുവും വീട്ടിലെത്തിയിട്ടുണ്ട്. എത്ര നന്നാക്കി വെച്ചു വിളമ്പിക്കൊടുത്താലും അവൻ കുറ്റം പറഞ്ഞേ കഴിക്കൂ. അച്ഛൻ പക്ഷേ കുറ്റം പറയില്ല. ഉപ്പു കുറഞ്ഞാലും എരിവുകൂടിയാലും, എന്തേ തങ്കമ്മേ എന്നു ചോദിക്കില്ല.

എട്ടുമണി കഴിയണം അപ്പു ഉണർന്നു താഴേക്കുവരാൻ. വന്നാലുടനെ അവനു ചായ കിട്ടണം. കുളിച്ചുവരുമ്പോൾ മണി പത്ത്. ചായയും പലഹാരവും നിർബന്ധം. കഞ്ഞി ചതുർത്ഥിയാണവന്. പിന്നീട് ഉച്ചവരെ മുറിയടച്ചിരുന്ന് വായനതന്നെ. നാലുമണിച്ചായ കഴിഞ്ഞ് അവൻ പുറത്തേക്കിറങ്ങുന്നു. ശിവക്ഷേത്രത്തിന്റെ ആൽത്തറയാണവന്റെ താവളം. പഴയ കൂട്ടുകാരുണ്ടാവും ആൽത്തറയ്ക്കൽ. സന്ധ്യമയങ്ങുമ്പോഴാണ് അപ്പു തിരിച്ചെത്തുന്നത്.

രണ്ടുമാസത്തിനുള്ളിൽ അവന്റെ പരീക്ഷാഫലം വരും. ബി.എ.യ്ക്ക് ക്ലാസുണ്ടാവുമെന്നവൻ ഉറപ്പു പറയുന്നുണ്ട്.

പഠിത്തത്തിൽ അപ്പു എന്നും ഒന്നാമനായിരുന്നു; നാലുവരെ സരസ്വതിവിലാസം സ്കൂളിൽ പഠിക്കുമ്പോഴും, അഞ്ചുമുതൽ ഏഴുവരെ എഴുത്തച്ഛന്റെ സ്കൂളിൽ പഠിക്കുമ്പോഴും, ഏഴുമുതൽ പത്തുവരെ ഒറ്റപ്പാലം ഹൈസ്കൂളിൽ പഠിക്കുമ്പോഴും. പത്താംക്ലാസിൽ ഫസ്റ്റ്ക്ലാസുണ്ടായിരുന്നു. സ്കൂളിൽ ഒന്നാമൻ. പാലക്കാട്ടെ കോളേജിൽ ചേരണമെന്ന് അവനു മോഹം. ഈശ്വരൻ അനുഗ്രഹിച്ച് അവനെ പഠിപ്പിക്കാനുള്ള വക തറവാട്ടിലുണ്ട്. ബി.എ. കഴിഞ്ഞിട്ടും പഠിക്കണമെങ്കിൽ അങ്ങനെ. വക്കീലാവണോ, ഡോക്ടറാവണോ, അവന്റെ ഇഷ്ടം. ഏതിനും മദിരാശിയിലയച്ചു പഠിപ്പിക്കേണ്ടിവരും.

പഠിപ്പിക്കാം, ഏതറ്റംവരെ വേണമെങ്കിലും. പണം എത്ര ചെലവാക്കാനും അപ്പുവിന്റെ അച്ഛനു മടിയില്ല.

അധികാരി അച്ചേട്ടന്റെ മകൻ സുകുമാരന്റെ കാര്യം കണ്ടില്ലെ. പത്താംക്ലാസിൽ നാലുവട്ടം തോറ്റു. പത്തുനൂറുപറയ്ക്ക് കൃഷിയുണ്ട് അച്ചേട്ടന്. തെങ്ങുമ്പറമ്പുകൾ വേറെ. എല്ലാം മകനെ ഏൽപിച്ചു കൊടുത്തു. അവനും അതാണ് താൽപര്യം. കണ്ടം നിരത്തുദിവസം ഊർച്ചക്കാളകൾക്കു മരംകെട്ടി സുകുമാരൻ പറപ്പിക്കുന്നതു തങ്കമ്മ കണ്ടിട്ടുണ്ട്. ഓരോരുത്തർക്ക് ഓരോന്നു പറഞ്ഞിട്ടുണ്ടല്ലോ ഭൂമിയിലേക്കു വരുമ്പോൾ.

പഠിക്കാൻ അപ്പു മിടുക്കനാണ്. എന്നിട്ടും രണ്ടുപ്രാവശ്യം ഹൈസ്കൂൾ ഹെഡ്മാസ്റ്റർ ശിവരാമമേനോനെ വിളിപ്പിച്ചു. അവൻ എട്ടാം ക്ലാസിൽ പഠിക്കുന്ന കാലത്ത് പെൺകുട്ടികളുടെ മൂത്രപ്പുരയിൽ ഒളിഞ്ഞുനോക്കിയതാണ് ആദ്യത്തെ കേസ്. സോഷ്യൽസ്റ്റഡീസു പഠിപ്പിക്കുന്ന ശ്യാമളടീച്ചർ അവനെ കയ്യോടെ പിടിച്ച് ഹെഡ്മാഷിന്റെ അടുത്തു കൊണ്ടുപോയി. രണ്ടുകയ്യിലും നന്നാലടിവീതം കൊടുത്തു, ഹെഡ്മാഷ്. അതും പോരാഞ്ഞ് അച്ഛനെ വിളിച്ചു കൊണ്ടുവരണമെന്നു പറഞ്ഞ് മാഷവനെ ക്ലാസിൽനിന്നു പുറത്താക്കി.

അന്നവൻ സ്കൂളിൽനിന്ന് നേരത്തെ വീട്ടിലെത്തി.

“ഉച്ചതിരിഞ്ഞ് ക്ലാസുണ്ടായിരുന്നില്ലെ അപ്പൂ?”

“സയൻസ് മാഷിന് പനിയാത്രെ അമ്മേ. ഞങ്ങടെ ക്ലാസ് നേർത്തെ വിട്ടു.”

തങ്കമ്മയ്ക്കു സന്തോഷമായി. മകനുവേണ്ടി കൊഴുക്കട്ട ഉണ്ടാക്കി വെച്ചിട്ടുണ്ട്. തണുത്താറുന്നതിനു മുമ്പ് കുട്ടിക്ക് കഴിക്കാൻ പറ്റിയല്ലൊ.

കൊഴുക്കട്ട തിന്നുകൊണ്ടിരിക്കുമ്പോൾ അപ്പു വിഷയം അവതരിപ്പിച്ചു.

“പിന്നെ അമ്മേ...”

“എന്താ അപ്പൂ?”

“അച്ഛനെ ഏഡ്മാഷ്ക്ക് കാണണംന്ന്.”

“എപ്പൊ?”

“നാളെ.”

“എന്താ കാര്യം?”

“അതറിയില്ല.”

"ഒറ്റപ്പാലത്തുപോയി ഹെഡ്മാഷെ കാണണമെന്നു തങ്കമ്മ പറഞ്ഞപ്പോൾ, മകൻ ക്ലാസിൽ ഒന്നാമനാണെന്നു പറയാനായിരിക്കും ഹെഡ്മാഷ് വിളിപ്പിക്കുന്നതെന്നാണ് ശിവരാമമേനോൻ വിചാരിച്ചത്. മാഷെ ചെന്നുകണ്ടപ്പോഴല്ലേ, നാണംകെട്ടു മേനോൻ. ഇനി അങ്ങനെയൊന്നും ഉണ്ടാവില്ല മാഷെ എന്ന് ഉറപ്പുകൊടുത്ത് ശിവരാമമേനോൻ മടങ്ങിപ്പോന്നു. ശേഖരൻകുട്ടിയെ ക്ലാസിലിരിക്കാൻ മാഷ് അനുവദിച്ചു.

വൈകീട്ട് മകൻ സ്കൂളിൽനിന്നു വരുന്നതും നോക്കി അച്ഛൻ മുറ്റത്തുതന്നെ നിന്നു. തൊഴുത്തിന്റെ ഇറയത്തു തിരുകിവെച്ചിരുന്ന മുടിങ്കോലാണ് കയ്യിൽ. തങ്കമ്മയ്ക്കു പേടിയായി. ആകെ ചൂടായി നിൽക്കുകയാണ് ശിവരാമേട്ടൻ. പോത്തിനെ തല്ലുന്ന വടിയാണ്. ഹെന്റീശ്വരാ!

അവൻ മുറ്റത്തേക്കു കേറിവന്നതും ശിവരാമേട്ടൻ അടുത്തേക്കു വിളിച്ചു. പേടിച്ചുവിറച്ച് അപ്പു അച്ഛന്റെ അടുത്തേക്ക് അടിവെച്ചടിവെച്ച് നടന്നു ചെന്നു.

മകന്റെ രണ്ടുകയ്യും കൂട്ടിപ്പിടിച്ച് ശിവരാമേട്ടൻ വടിയോങ്ങി. ഒരടി വീണു, കാലിന്റെ വണ്ണയ്ക്ക്. അവൻ അലറിക്കരഞ്ഞു. തങ്കമ്മ ഓടിച്ചെന്ന് ഭർത്താവിന്റെ കൈക്കു പിടിച്ചു.

"മതി. തല്ലിക്കൊല്ലണ്ട."

തങ്കമ്മ മകനെ അകത്തേക്കു കൂട്ടിക്കൊണ്ടുപോയി. കാൽവണ്ണയിൽ മുടിങ്കോലിന്റെ പാട് ചോരച്ചു കിടക്കുന്നു. ചെക്കൻ തെറ്റു ചെയ്തു. എന്നാലും ഇങ്ങനെ അടിച്ചാലോ! തങ്കമ്മ മഞ്ഞൾപ്പൊടി കൊണ്ടുവന്ന് മുറിവിൽ തേച്ചു.

ശിവരാമേട്ടൻ മുറ്റത്ത് കിഴക്കോട്ടും പടിഞ്ഞാട്ടും നടക്കുന്നു. ദേഷ്യം തീരുന്നതുവരെ ഇങ്ങനെ നടക്കുമെന്ന് തങ്കമ്മയ്ക്കറിയാം.

പിന്നീട് പൊതുവാളുമാഷ് ശിവരാമേട്ടനെ വിളിപ്പിക്കുന്നത് അപ്പു പത്താംക്ലാസിൽ പഠിക്കുമ്പോഴാണ്. താസിൽദാർ ശങ്കരൻനായരുടെ മകൾക്ക് പ്രേമലേഖനം കൊടുത്തതാണ് കേസായത്. പ്രേമലേഖനം കുട്ടി അച്ഛനു കൊടുത്തു. അച്ഛൻ അത് ഹെഡ്മാഷെ ഏൽപിച്ചു. അന്നും കിട്ടി, അപ്പുവിന് മാഷിന്റെ വക ചൂരലുകൊണ്ട് രണ്ടുകയ്യിലും മുമ്മൂന്നടിവീതം.

പൊതുവാളുമാഷ് പ്രേമലേഖനം ശിവരാമേട്ടനോടു വായിക്കാൻ പറഞ്ഞു. "സ്കൂളിന്റെ പിന്നാമ്പുറത്തുള്ള വളപ്പിലെ ആൾത്താമസമില്ലാത്ത വീട്ടിലേക്കു വരണം, ഈ ശനിയാഴ്ച ഉച്ചക്ക് പന്ത്രണ്ടു മണിക്ക്. സ്പെഷ്യൽക്ലാസുണ്ടെന്ന് അമ്മയോട് കളവു പറഞ്ഞാൽ മതി."

ക്ലാസിലൊന്നാമതായിപ്പഠിക്കുന്ന കുട്ടിയുടെ അച്ഛനാണെന്ന അഭിമാനം പോയി, നാണക്കേടുകൊണ്ട് തല ഭൂമിയോളംതാണു എന്നാണ് ശിവരാമേട്ടൻ പറഞ്ഞത്.

അന്ന് അപ്പുവിന്റെ ചന്തിക്ക് ചട്ടുകം പഴുപ്പിച്ചു വെച്ചു ശിവരാമേട്ടൻ. ഒരുമാസം മുറിവ് പഴുത്തൊലിച്ചു. കാഞ്ഞിരംകുന്നത്ത് ഗോപാലൻ ഒന്നരാടം വന്ന് മുറിവിൽ മരുന്നുവെച്ച് ബാൻഡേജിട്ടു. ഗവർമ്മേണ്ടാസ്പത്രിയിലെ കമ്പൗണ്ടറാണ് ഗോപാലൻ. ബാൻഡേജു വെക്കാതെ അപ്പുവിന് ട്രൗസറിടാൻ വയ്യ. സ്കൂളിൽ പോണ്ടേ.

കുരുത്തക്കേടു കയ്യിലുണ്ടെങ്കിലും പഠിത്തത്തിൽ ശ്രദ്ധയുണ്ടായിരുന്നു അപ്പുവിന്.

അവന്റെ ചന്തിക്കു ചട്ടുകം പഴുപ്പിച്ചു വെച്ചപ്പോൾ പൊള്ളിയത് ശിവരാമേട്ടന്റെ ഉള്ളാണെന്ന് തങ്കമ്മയ്ക്കറിയാം.

"തായാട്ടു കാട്ടുന്ന ശിശുക്കളെത്താൻ

താഡിച്ചു ശിക്ഷിച്ചു വളർത്തവേണം."

ഇതുപോലുള്ള കടുത്ത ശിക്ഷകൊടുത്തിട്ടും അവൻ നന്നായോ? ഇല്ല. രാശിഫലം. അല്ലാതൊരു കാരണവും കാണുന്നില്ല. ഒറ്റമകനാണെന്നു വെച്ച് രണ്ടാളും മകനെ ലാളിച്ചു വഷളാക്കിയിട്ടില്ല. തേൻകിനിയുന്ന മാമ്പഴം വിളയേണ്ട മാവാണ്. ഉണ്ടായതോ, കാഞ്ഞിരക്കുരുപോലെ കയ്ക്കുന്ന പഴം.

മാങ്ങയുടെ കയ്പു കൂടിവരികയാണെന്ന് തങ്കമ്മയ്ക്കു ബോധ്യമായി, പനിപിടിച്ചു കിടന്നുപോയ ആ ദിവസങ്ങളിലൊന്നിൽ.

അകായ അടിച്ചുതുടയ്ക്കാൻ കല്യാണിയുണ്ടെങ്കിലും അവൾക്ക് അടുക്കളയിൽ പെരുമാറാൻ പാടില്ല. വൃത്തിയും വെടിപ്പുമുണ്ട്. പക്ഷേ ജാതിയിൽ താഴ്ന്നവളാണ്. ചോറും കൂട്ടാനും വെക്കാൻ കുറച്ചു ദിവസത്തേക്കൊരാള്. ഒന്നെണീറ്റു നടക്കാറാവുന്നതുവരെ മാത്രം.

കാർത്ത്യായിനിയേടത്തിയെ ശിവരാമേട്ടൻ വീട്ടിൽ ചെന്നു കണ്ടു. വിവരം പറഞ്ഞു. അന്യവീടുകളിൽ പണിക്കു പോവുന്ന പതിവില്ല കാർത്ത്യായിനിയേടത്തിക്ക്. അവരോട് പണിക്കുവരാൻ പറയാൻ വയ്യ. അഷ്ടഗൃഹത്തിലാഢ്യന്മാരായ പഴയന്നൂരു മനയ്ക്കൽ അടിച്ചുതളിക്കാൻ പോവുന്നത് വേറെക്കാര്യം.

പാണനു പാണൻ കുടകെട്ടരുത്.

ശിവരാമേട്ടനോട് കാർത്ത്യായിനിയേടത്തിക്ക് മറുത്തു പറയാൻ തോന്നിയിട്ടുണ്ടാവില്ല. എന്താപത്തുണ്ടെങ്കിലും ഓടി വരുന്നവനാണ്.

ബന്ധുത്വമുണ്ട്. ഒരാവശ്യം പറഞ്ഞുചെന്നാൽ വെറുംകയ്യോടെ മടക്കി അയക്കില്ല.

പത്തു ദിവസം ചേലക്കോട്ടടുക്കളയിൽ വെപ്പുകഴിച്ചു പൊയ്ക്കോളാമെന്ന് കാർത്ത്യായിനിയേടത്തി സമ്മതിച്ചു. രാവിലെ ആറു മണിക്കെത്തി, ഒരു പത്തുമണിയോടെ മടങ്ങണം. എന്നിട്ടുവേണം മനയ്ക്കലെത്താൻ. പത്തുദിവസം ഇത്തിരി താമസിച്ചേ വരൂ എന്ന് അമ്മാത്തോലോടു പറയാം. മുഖം കറുപ്പിക്കും അമ്മാത്തോല്. അതു കൂട്ടാക്കണ്ട.

പിറ്റേന്നുതന്നെ കാർത്ത്യായിനിയേടത്തി വന്നു. കൂടെ ഇട്ടിച്ചിരിയുമുണ്ട്. അമ്മയ്ക്കൊരു തുണവന്നതാണ്. കയ്യും പണിയും അത്യാവശ്യം ശീലിച്ചിട്ടുണ്ടെന്നല്ലാതെ അത്ര കേമായിട്ടൊന്നും ഇട്ടിച്ചിരിക്കറിയില്ല. വീട്ടുപണിയെടുക്കാൻ അമ്മ സമ്മതിക്കില്ലത്രെ. ഇട്ടിച്ചിരിതന്നെയാണ് തങ്കമ്മയോടിതു പറഞ്ഞത്.

"എപ്പഴും പുസ്തകെടുത്ത് പഠിക്കാൻ പറയും അമ്മ. ഞാൻ ടീച്ചറായിക്കണ്ടിട്ട് വേണം ത്രെ അമ്മയ്ക്ക് കണ്ണടയ്ക്കാൻ.പരീക്ഷയ്ക്കിരിക്കാനും ട്രെയ്നിങ്ങിനു പോവാനും സഹായിക്കാംന്ന് വാസുമാഷ് ഏറ്റിരിക്ക്യാ."

ഇട്ടിച്ചിരി അതു പറയുമ്പോൾ അവളുടെ മുഖം ഒരു താമരപ്പൂവുപോലെ വിടർന്നിരുന്നു. സുന്ദരിക്കുട്ടിയാണ് ഇട്ടിച്ചിരി. വെളുത്തു മെലിഞ്ഞ്. വട്ടമുഖം. ഇടതൂർന്ന, അരഭാഗം മറയ്ക്കുന്ന മുടി. എപ്പോഴും ചിരിക്കുന്ന പ്രകൃതം. മഷിയെഴുതിയ കണ്ണുകൾ. ആ മുഖം കണ്ടാലറിയാം, അവൾ കളങ്കമില്ലാത്തവളാണെന്ന്.

പത്തു പതിനേഴു വയസ്സു പ്രായം. പഠിക്കാനും ഉത്സാഹമുണ്ട്. അപ്പുവിന് ഇവളെ ആലോചിച്ചാലൊ?

മനയ്ക്കലെ അടിച്ചുതളിക്കാരിയുടെ മകളാണെന്ന ചീത്തപ്പേരുണ്ട്. കേറിക്കിടക്കാൻ നല്ലൊരു വീടില്ല. ചാണകം മെഴുകിയ നിലം. പനമ്പട്ട മേഞ്ഞ മേൽപുര. ഇരിക്കാൻ നല്ല കസേരയുണ്ടാവില്ല. കിടക്കാൻ ഉറപ്പുള്ളൊരു കട്ടിലു കാണില്ല. കാണില്ലെന്നല്ല, ഇല്ലെന്ന് തങ്കമ്മയ്ക്ക് നേരിട്ടു ബോധ്യമുള്ള കാര്യമാണ്.

പോയവൻ തിരിച്ചുവരില്ലെന്നോ ചെറിയവൻ വലിയവനാവില്ലെന്നോ പറയാൻ പറ്റില്ല. ഈശ്വരൻ ഒന്നു മനസ്സുവെച്ചാൽ മതി. സമ്പത്ത് ഇന്നു വരും, നാളെ പോവും. ലക്ഷ്മി ഏവിടേയും സ്ഥിരമായിട്ടു നിൽക്കാറില്ല. ഇന്ന് ഇങ്ങേ വീട്ടിലാണെങ്കിൽ, നാളെ അങ്ങേ വീട്ടിൽ.

അപ്പുവും ഇട്ടിച്ചിരിയും. നല്ല ചേർച്ചയായിരിക്കും. നാലാളു കണ്ടാൽ ഒരു കുറ്റവും പറയില്ല.

പേടിച്ചുപേടിച്ചാണ് ശിവരാമേട്ടനോടു പറഞ്ഞത്. ഏട്ടനെപ്പൊഴേ സമ്മതം. എത്രയും വേഗം കല്യാണം നടത്താം. അവന് മദിരാശിയിൽ പോയിപ്പഠിക്കണമെങ്കിൽ അങ്ങനെ ആവട്ടെ. കല്യാണം അതിനു തടസ്സമാവില്ല. തങ്കമ്മയ്ക്കൊരു കൂട്ടായി ഇട്ടിച്ചിരിയുണ്ടാവും ഈ വീട്ടിൽ. ഒഴിവു കിട്ടുമ്പോഴൊക്കെ അപ്പുവിന് നാട്ടിൽ വന്നു പോവാം. അതിനിടയ്ക്ക് അവൾ പരീക്ഷ പാസ്സായി, ട്രെയ്നിങ്ങ് കഴിഞ്ഞ് ടീച്ചറാവുകയാണെങ്കിൽ നന്നായി.

അടുക്കളയിൽ പണിതീർത്ത് പത്തുമണിയോടെ കാർത്ത്യായിനിയേടത്തി മനയ്ക്കലേക്കു പോവും. ഇട്ടിച്ചിരി ഇവിടെത്തന്നെ നിൽക്കും. തങ്കമ്മയ്ക്ക് ആവതില്ലാത്തതുകൊണ്ട് മരുന്നും കഷായവും സമയത്തിനെടുത്തു കൊടുക്കാനും കഞ്ഞി കുടിപ്പിക്കാനും ഇട്ടിച്ചിരി കൂട്ടിരുന്നു. നാലുമണിച്ചായയും കഴിഞ്ഞേ ഇട്ടിച്ചിരി പോവൂ. ചായയും കാപ്പിയുമുണ്ടാക്കാൻ അവൾക്കറിയാം. നുറുക്കലരികൊണ്ട് ഉപ്പുമാവുണ്ടാക്കാനും പഠിച്ചുവെച്ചിട്ടുണ്ട്. അരിക്കൊണ്ടാട്ടമുണ്ടാക്കി ടിന്നിലടച്ചുവെച്ചിട്ടുണ്ട്. അതിൽനിന്ന് കുറച്ചെടുത്ത് വറുത്താലും മതി ചായയ്ക്ക്.

അപ്പുവിനും ഇട്ടിച്ചിരി ചോറു വിളമ്പിക്കൊടുത്തു. ഉച്ചതിരിഞ്ഞ് ചായയും പലഹാരവും അവന് മുകളിൽ കൊണ്ടുപോയിക്കൊടുത്തു.

ഇട്ടിച്ചിരി എന്ന് മുഴുവൻ വിളിക്കില്ല ശിവരാമേട്ടൻ. എന്നാലും, ശിവരാമേട്ടൻ ഉമ്മറത്തുണ്ടെങ്കിൽ ഇട്ടിച്ചിരി അങ്ങോട്ടു പോവില്ല. വടക്കേപുറത്തെ അരത്തിണ്ണയിലിരുന്നായിരിക്കും പഠിത്തം.

ഉച്ചവരെ അപ്പേട്ടൻ മുകളിലുണ്ടാവും. അപ്പേട്ടൻ പുസ്തകം വായിക്കുകയാണെന്നാണ് ചെറിയമ്മ പറയുന്നത്. അറിവുണ്ടാവാനായിരിക്കും. വലിയ ഉദ്യോഗത്തിലിരിക്കാൻ പോണ ആളല്ലെ. നല്ല വിവരം വേണ്ടെ.

വെയിലു ചായുന്ന നേരത്ത് അപ്പേട്ടൻ പുറത്തേക്കിറങ്ങുന്നു. രണ്ടുകട്ടയുടെ ടോർച്ചുണ്ടാവും കയ്യിൽ. അമ്പലവട്ടത്തേക്കാണ് അപ്പേട്ടൻ പോകുന്നതെന്നാണ് ചെറിയമ്മ പറഞ്ഞത്. പഴയ കൂട്ടുകാരുണ്ടാവുമത്രെ ആൽത്തറയിൽ അപ്പേട്ടനെ കാത്ത്. ആ നേരത്ത് ഇട്ടിച്ചിരിയും ചേലക്കോട്ടെ പടിപ്പുരയിറങ്ങുന്നു.

പരീക്ഷ അടുത്തു വരികയാണ്. എല്ലാ വിഷയങ്ങളും ഒരുവട്ടം പഠിച്ചെത്തിച്ചു. അതു പോരാ എന്ന് വാസുമാഷ് എപ്പോഴും പറയും. പഠിച്ചത് പലവട്ടം ഉരുക്കഴിക്കണം. എന്നാലേ ഓർമ്മയിൽ നിൽക്കൂ. മലയാളവും സാമൂഹ്യപാഠവും സയൻസും തന്നത്താനേ പഠിക്കാം. കണക്കും ഇംഗ്ലീഷും പഠിച്ചുറപ്പിക്കണം. അതിന് വാസുമാഷ്

സഹായിക്കും. മാഷ് നാലുമണിക്ക് സ്കൂളുവിട്ട് വീട്ടിലെത്തുമ്പോഴേക്കും ഇട്ടിച്ചിരി ഹാജരുണ്ടാവണം. മാഷിന് നിർബന്ധമാണ്.

വഴിക്കണക്കു ചെയ്തുചെയ്ത് കണക്കൊരുവിധം വഴങ്ങുമെന്നായിട്ടുണ്ട്. ജയിക്കാനുള്ള മാർക്ക് എന്തായാലും കിട്ടും. ഇംഗ്ലീഷാണ് കീറാമുട്ടി.

ഭാഗം രണ്ട്

ഒന്ന്

പുലർച്ചെ വീട്ടിൽനിന്നിറങ്ങിയതാണ് ശേഖരൻകുട്ടി. ഒറ്റപ്പാലത്തു നിന്ന് ബസ്സുപിടിച്ച് പാലക്കാട്ടിറങ്ങി. വടക്കന്തറയ്ക്കു വലിഞ്ഞു നടന്നു. കിളിയൊഴിഞ്ഞ കൂടുപോലെ വടക്കന്തറ ലോഡ്ജ്. പരീക്ഷ കഴിഞ്ഞ് അന്തേവാസികളെല്ലാവരും സ്ഥലംവിട്ടിരിക്കുന്നു. താഴെ നിലയിൽ തെക്കേയറ്റത്തുള്ള മുറിയുടെ ജനാല മാത്രം തുറന്നു കിടക്കുന്നുണ്ട്. രാമേട്ടന്റെ മുറി. ലോഡ്ജിന്റെ മേൽനോട്ടക്കാരനായ രാമേട്ടന് അങ്ങനെ ഇറങ്ങിപ്പോകാൻ പറ്റില്ലല്ലോ. ഒന്നാം കൊല്ല ക്കാരും രണ്ടാം കൊല്ലക്കാരും കോളേജു തുറക്കുന്നതിനു രണ്ടു ദിവസം മുമ്പേ തിരിച്ചുവരും. മൂന്നാം കൊല്ലക്കാർ പിരിഞ്ഞുപോയ തുകൊണ്ട് അവരുടെ മുറികൾ ഒഴിഞ്ഞു കിടക്കും. മുറിയന്വേഷിച്ച് പുതിയ കുട്ടികൾ വരും.

മാസത്തിൽ മൂന്നോ നാലോ ദിവസമേ രാമേട്ടൻ ലോഡ്ജിൽ നിന്നു മാറിനിൽക്കൂ. ഭാര്യയും രണ്ടു മക്കളും കോങ്ങാട്ടെ അവരുടെ തറവാട്ടിൽ. രാമേട്ടന് അമ്മയോ അച്ഛനോ കുടുംബവീടോ ഇല്ല. ഒറ്റത്തടി. അങ്ങാടിക്കാളയെപ്പോലെ അലഞ്ഞു നടക്കുമ്പോഴാണ് വകയിലൊരമ്മാമൻ രാമേട്ടനെക്കൊണ്ട് മകൾക്ക് പുടവ കൊടുപ്പി ച്ചത്. ശങ്കരമ്മൂത്താന്റെ ലോഡ്ജിന്റെ കാവലാളാണ് അന്നും രാമേട്ടൻ.

ഒട്ടും പ്രതീക്ഷിക്കാതെ, ബി.എ. മൂന്നാംകൊല്ലം പഠിച്ചിരുന്ന ശേഖരൻകുട്ടി ലോഡ്ജിലേക്കു കേറിവന്നപ്പോൾ രാമേട്ടൻ അതി ശയപ്പെട്ടു. മുറിയൊഴിഞ്ഞ്, താക്കോലേൽപ്പിച്ച്, പെട്ടിയും കിടക്ക യുമായി ടാക്സിവിളിച്ച് ഒറ്റപ്പാലത്തേക്ക് മടങ്ങിപ്പോയ ആളാണ്.

“എന്താ ശേഖരൻകുട്ടീ വിശേഷം?”

“ഒരു മുറി വേണം രാമേട്ടാ. ആറുമാസത്തേക്കു മതി. വാടക എത്രേച്ചാൽ കണക്കാക്കിക്കോളൂ. കുറച്ചു കാര്യങ്ങളുണ്ട്.”

“അതിനെന്താ. നിങ്ങൾ മൂന്നാംകൊല്ലക്കാര് നാലുപേരായിര്ന്നില്ലേ. നാലുപേരും മുറി കാലിയാക്കിപ്പോയി. തന്റെ മുറിയുണ്ടല്ലൊ. അതെടുക്കാം.”

ശേഖരൻകുട്ടി ആദ്യം ചെയ്തത് ശെൽവനെ വിട്ട് രാത്രിവണ്ടിക്ക് മദിരാശിയിലേക്കൊരു ടിക്കറ്റ് റിസർവ് ചെയ്യിക്കുകയാണ്. തേഡ് ക്ലാസുവേണ്ട, സെക്കന്റ് ക്ലാസു മതി എന്ന് പ്രത്യേകം ശട്ടംകെട്ടി. സെക്കന്റ് ക്ലാസില്ലെങ്കിൽ ഫസ്റ്റ് ക്ലാസ്. ശെൽവനാണ് ലോഡ്ജിലെ ശിങ്കിടി. ഒരു മണിക്കൂറുകൊണ്ട് അവൻ മടങ്ങിവന്നു. സെക്കന്റ് ക്ലാസ് കമ്പാർട്ടുമെന്റിൽ ഒരു ലോവർ ബർത്തു കിട്ടി. സമാധാനമായി.

രാമേട്ടൻ കിടക്കയും തലയണയും രണ്ടു ഷീറ്റും തന്നു. തൽക്കാലം ഇതൊക്കെ മതി. ഇവിടെയൊരു താവളം വേണം. അതില്ലാതെ പറ്റില്ല. മാസത്തിലൊരിക്കലെങ്കിലും പാലക്കാട്ടു വരണം. ഹേമ കാത്തിരിക്കുന്നുണ്ടാവും. അകന്നു കഴിയുമ്പോഴാണ് സ്നേഹത്തിന്റെ തീവ്രത കൂടുന്നത്. മറിച്ചും വരാം. നിലവിലുള്ള കാമുകനേക്കാൾ യോഗ്യനും സുന്ദരനുമായ ഒരാളെ പരിചയപ്പെടുകയാണെങ്കിൽ സ്ത്രീയുടെ മനസ്സു മാറില്ലെന്നു പറയാനാവില്ല. മകൾക്കു വേണ്ടി അച്ഛൻതന്നെ അനുരൂപനായ മറ്റൊരു പുരുഷനെ കണ്ടുപിടിച്ചെന്നുവരാം. ഡെപ്യൂട്ടി കളക്ടർ ഗോപാലമേനോന്റെ ഏകസന്തതി. ഗോവിന്ദാപുരത്ത് ഏക്കറുകണക്കിന് തോട്ടങ്ങൾ. മൂന്നുനില മാളിക. പരിചാരകവൃന്ദം. കാറ്.

മേനോന്റെ ഭാര്യ ചിറ്റൂര് തെക്കുമ്പാട്ടെയാണ്. തെക്കുമ്പാട്ടു തറവാട്ടിലെ ഇപ്പോഴത്തെ കാരണവരുടെ അമ്മാവൻ കൊച്ചി രാജാവിന്റെ ദിവാനായിരുന്നു. പണവും പ്രതാപവുമുള്ള പ്രമാണിമാരുടെ മക്കളുടെ ആലോചന വരാം ഹേമലതയ്ക്ക്. ആദ്യമൊന്നും ഹേമ സമ്മതിക്കില്ലായിരിക്കും. അവൾ കണ്ണീരൊഴുക്കും. ഉണ്ണാവ്രതമിരിക്കും. പക്ഷേ പെൺകുട്ടികളുടെ കണ്ണീരിന് അധികം ആയുസ്സുണ്ടാവില്ല. പഴയ സാരി ഉപേക്ഷിക്കാനും പുതിയ, പകിട്ടുള്ള പുടവ വാരിച്ചുറ്റി ഒരുങ്ങി നടക്കാനും അവൾ മടികാണിക്കില്ല.

ഇത്തിരി പ്രയാസപ്പെടേണ്ടി വന്നിട്ടുണ്ട് ഹേമയെ കൊക്കിലൊതുക്കിയെടുക്കാൻ. ഇന്റർമീഡിയറ്റിന്റെ ക്ലാസു തുടങ്ങുന്ന ദിവസം. അച്ഛന്റെ കൈപിടിച്ചാണ് ദാവണിക്കാരിയായ ആ സുന്ദരിക്കുട്ടി കോളേജിന്റെ പടി കേറിവന്നത്. ശേഖരൻകുട്ടിയുടെ ബി.എ. മൂന്നാം വർഷം തുടങ്ങുന്നു. കോളേജിലെ സീനിയർ സ്റ്റൂഡന്റ്. അച്ഛനേയും മകളേയും പോർട്ടിക്കോവിലിറക്കി, കറുത്തു മിന്നുന്ന കാറ്

ഗ്രൗണ്ടിന്റെ അങ്ങേയറ്റത്ത് അരളിമരങ്ങളുടെ തണലു തേടിപ്പോയി. അത് ഡെപ്യൂട്ടി കളക്ടർ ഗോപാലമേനോനാണെന്ന് പലരും പറയുന്നതു കേട്ടു.

അന്നേ അവളെ നോട്ടമിട്ടതാണ്. അവളെപ്പറ്റി കൂടുതൽ അന്വേഷിച്ചറിഞ്ഞു. ആണായിട്ടും പെണ്ണായിട്ടും ഒന്നേ ഒന്ന്. ഗോവിന്ദാപുരത്താണ് വീട്. കണക്കില്ലാത്ത സ്വത്ത്. ഹേമയുടെ സൗന്ദര്യത്തിലേറെ ശേഖരൻകുട്ടിയെ വിഭ്രമിപ്പിച്ചത് ജില്ല ഭരിക്കുന്ന ഡെപ്യൂട്ടി കളക്ടറും അദ്ദേഹത്തിന്റെ ഭാരിച്ച സ്വത്തുക്കളുമാണ്. ഏക മകൾ. എല്ലാം അവൾക്കും അവളെ താലികെട്ടുന്നയാൾക്കും അനുഭവിക്കാനുള്ളത്. ഭൈമീകാമുകന്മാരേറെപ്പേരുണ്ടായിരുന്നു അവളുടെ പിന്നാലെ. ആരോടെങ്കിലും അവൾക്കലിവു തോന്നിയാൽ തീർന്നു. ആദ്യപ്രണയത്തിന്റെ മധുരം നുണഞ്ഞ പെൺകുട്ടി പിന്നീടു മറ്റാരേയും ഗൗനിക്കില്ല. ഹേമയുടെ ദാവണി ഉടക്കുന്നത് ഈ മുള്ളുചെടിയിലായിരിക്കണമെന്ന് ശേഖരൻകുട്ടിക്ക് വാശിയായി.

ഏതു പെൺകുട്ടിയും ഒരുവട്ടംകൂടി നോക്കിപ്പോവുന്ന ശരീരസൗഭാഗ്യമുണ്ട് ശേഖരൻകുട്ടിക്ക്. അതിലുപരി, കോളേജിലെ അതിബുദ്ധിമാനായ വിദ്യാർത്ഥിയെന്ന ഖ്യാതി. അദ്ധ്യാപകരുടെ കണ്ണിലുണ്ണി. പ്രസംഗവേദികളിൽ അനർഗ്ഗളമായി, സരസമായി സംസാരിക്കുന്നവൻ. സദസ്സിന്റെ കയ്യടി വാങ്ങുന്നവൻ. ഇതിൽപരമെന്തു വേണം ഒരു പെണ്ണിന്റെ കരളിൽ കേറിപ്പറ്റാൻ?

കോളേജിന്റെ വരാന്തകളിൽ മനപ്പൂർവം, എന്നാൽ യാദൃച്ഛികമെന്നോണം, ഹേമയെ പലവട്ടം കണ്ടു. ഒരു നോട്ടം. ഒരു ചിരി. കൂട്ടുകാരികളോടൊപ്പം അവൾ നടന്നുപോകുന്നത് ശേഖരൻകുട്ടി നോക്കിനിന്നു. ഓരോ പ്രാവശ്യവും അവൾ തിരിഞ്ഞുനോക്കുമെന്ന് അവൻ പ്രതീക്ഷിച്ചു. പ്രതീക്ഷ തെറ്റിയില്ല. പരിചയം വളർന്നു. ലൈബ്രറിയിൽ സ്ഥിരം സന്ദർശകയായി, ഹേമ. ആർക്കും സംശയത്തിനിട കൊടുക്കാതെ പുസ്തകയലമാരകളുടെ മറവിൽ അവർ സ്വപ്നങ്ങൾ കൈമാറി. ഇനിയാരു കണ്ടാലും തങ്ങൾക്കൊന്നുമില്ലെന്ന അവസ്ഥ വന്നു.

അവർ പ്രണയബദ്ധരാണെന്നറിഞ്ഞിട്ടും അദ്ധ്യാപകർക്ക്, പ്രിൻസിപ്പാളിനുപോലും, അതിലസ്വാഭാവികതയുണ്ടെന്നു തോന്നിയില്ല. രാമന് സീതാദേവി. നളന് ദമയന്തി. കൃഷ്ണന് രുഗ്മിണി.

അങ്ങുമിങ്ങും, അണ്ടിപോയ അണ്ണാന്മാർ ചിലയ്ക്കുന്നു. ആരു ശ്രദ്ധിക്കാൻ? മകളുടെ പ്രണയം അച്ഛന്റെ ചെകിട്ടിലെത്തട്ടെ, എങ്കിൽ കഥമാറുമെന്ന് നിരാശാകാമുകന്മാർ കാത്തിരുന്നു.

ഒരു മദ്ധ്യാഹ്നത്തിൽ ഗോപാലമേനോന്റെ കാറ് കോളേജിന്റെ ഗെയ്റ്റിൽ വന്നു ബ്രേക്കിട്ടു. ശേഖരൻകുട്ടിയെ വിളിച്ചു കൊണ്ടുവരാൻ മേനോൻ പ്യൂൺ രാമസ്വാമിയെ വിട്ടു. ശേഖരൻകുട്ടി മുമ്പിലും രാമ സ്വാമി പിമ്പിലുമായി ഗെയ്റ്റിലേക്കു നടന്നു. ഇടിയും മിന്നലും ഭൂമികുലുക്കവും പ്രതീക്ഷിച്ച് കഥയിലെ വില്ലന്മാരും ഗെയ്റ്റിനു പുറ ത്തെത്തി. അവിടേയും ഇവിടേയും മരച്ചുവട്ടിലും അവർ കൂട്ടംകൂടി നിന്നു. കാഴ്ചക്കാരെ നിരാശപ്പെടുത്തിക്കൊണ്ട് ഗോപാലമേനോൻ ശേഖരൻകുട്ടിക്ക് കൈകൊടുത്തു. ചിരിച്ചുകൊണ്ട് കുശലം ചോദിച്ചു. അപ്പോഴേക്കും ഹേമ വന്നു. രാമസ്വാമിയാണ് ഹേമയേയും കൂട്ടി ക്കൊണ്ടുവന്നത്. ശേഖരൻകുട്ടി കാറിന്റെ മുൻസീറ്റിലിരുന്നു. അച്ഛനും മകളും പിൻസീറ്റിൽ. ഡ്രൈവർ കാറു റിവേഴ്സെടുത്ത് ടാറിട്ട നിര ത്തിലേക്കു കേറ്റി. കാറ് ടൗണും കഴിഞ്ഞ് തെക്കോട്ടോടിക്കൊണ്ടി രുന്നു. ഗോവിന്ദാപുരത്തേക്ക്. മകളുടെ ഭാവിവരനെ അമ്മയ്ക്കും പരിചയപ്പെടണ്ടെ.

ഹേമയുടെ അമ്മയ്ക്ക് ശേഖരൻകുട്ടിയെ ഇഷ്ടപ്പെട്ടു. നല്ല ചെക്കൻ. ഒറ്റപ്പാലത്തെ പേരും പെരുമയുമുള്ള തറവാടാണെന്ന് ഹേമയുടെ അച്ഛൻ അന്വേഷിച്ചറിഞ്ഞിരിക്കുന്നു.

ഒറ്റപ്പാലത്തുനിന്ന് നാലഞ്ചു നാഴിക ഉള്ളിലേക്കു പോണം അവന്റെ തറവാട്ടിലെത്തിപ്പെടാൻ. കുറേദൂരം കാറു പോവും. പാട ത്തിന്റെ കരയ്ക്കാണത്രെ വീട്. പാടം ചവിട്ടിവേണം വീടിന്റെ പടി പ്പുരയിലെത്താൻ. മഴക്കാലത്ത് ചെളിപിളിയാവുന്ന വരമ്പുകൾ. വഴു ക്കലും ചെളിയുമുള്ള വരമ്പത്തുകൂടി നടന്ന് ഹേമയ്ക്ക് പരിചയ മില്ലാത്തതാണ്. അതു സാരമില്ല. വല്ലപ്പോഴുമൊരിക്കലല്ലേ ശേഖരൻ കുട്ടിയുടെ വീട്ടിൽ പോകേണ്ടൂ. കല്യാണം കഴിഞ്ഞ് മകളും മരു മകനും ഗോവിന്ദാപുരത്തു താമസിക്കട്ടെ. അവനു നിർബന്ധമാണെ ങ്കിൽ പാലക്കാടു ടൗണിൽ ഒരു മാളിക വെച്ചുകൊടുക്കാം. അച്ഛന്റെ സാരക്കുട്ടിക്ക് ഒരു പുതുപുത്തൻ കാറും.

ഒരിക്കൽ നാട്ടിൽ പോയപ്പോൾ, അമ്മയുടെ മരപ്പെട്ടിയിൽ വെച്ചി രുന്ന സ്വന്തം ജാതകം തപ്പിയെടുത്തു ശേഖരൻകുട്ടി. അവന്റെ ജാത കവും മകളുടെ ജാതകവും ഗോപാലമേനോൻ ഒത്തുനോക്കിച്ചു. പത്തിലൊമ്പതു പൊരുത്തം. നവഗ്രഹങ്ങളും അനുകൂലം. ദശാ സന്ധികളില്ല. ഇതിൽകൂടുതലെന്തു വേണം! ശേഖരൻകുട്ടിയുടെ പഠിപ്പു കഴിയുന്ന മുറയ്ക്ക് അവന്റെ വീട്ടിലേക്ക് ഒറ്റപ്പാലം താലൂക്കാ പ്പീസിലുള്ള മാന്യനും മര്യാദക്കാരനുമായ ഒരു വ്യക്തിയെ ദൂതു പറഞ്ഞയയ്ക്കാമെന്ന് ഗോപാലമേനോൻ നിശ്ചയിച്ചു. എന്നിട്ടാവാം അതിനങ്ങോട്ടുള്ള കാര്യങ്ങൾ.

വീട്ടുകാർ തമ്മിൽ സംസാരിച്ച്, എടുക്കാമെന്നും കൊടുക്കാമെന്നു വെച്ചാൽ, പിന്നീടു താമസിപ്പിക്കരുത്. ശുഭസ്യശീഘ്രം. കല്യാണം കഴിഞ്ഞ് അവനു പഠിപ്പു തുടരാം. വക്കീൽഭാഗമെങ്കിൽ അങ്ങനെ. സിവിൽ സർവീസിനു ശ്രമിക്കണമെന്നാണവനു മോഹമെങ്കിൽ കോച്ചിങ്ങിന് മദിരാശിയിലേക്കു പറഞ്ഞയയ്ക്കാം. ഐ.എ.എസ് കിട്ടുകയാണെങ്കിലോ, തിരിഞ്ഞുനോക്കേണ്ടി വരില്ല. ഹേമയുടെ ഭാഗ്യംപോലിരിക്കും. ശേഖരൻകുട്ടിക്ക് അതിനുള്ള മിടുക്കുണ്ട്. ഭാഗ്യജാതകമാണ് ഹേമയുടെ. അതുകൊണ്ടാണല്ലോ ശേഖരൻകുട്ടിയെപ്പോലൊരു മിടുക്കനെ അവൾ കണ്ടുപിടിച്ചത്.

രണ്ട്

ശെൽവൻ കൊണ്ടുവന്ന റിസർവേഷൻടിക്കറ്റ് പെട്ടിയിൽ വെച്ച്, മുറിയടച്ചു പൂട്ടി ശേഖരൻകുട്ടി ലോഡ്ജിൽ നിന്നിറങ്ങി. ബസ്സു പിടിച്ച് നേരെ ഗോവിന്ദാപുരത്തേക്ക്. നിനച്ചിരിയാതെ ശേഖരൻകുട്ടി കേറിവന്നപ്പോൾ ഹേമയ്ക്കും അമ്മയ്ക്കും അതിശയം.

"ഇരിക്ക് ശേഖരാ." ചായയിടാൻ അമ്മ അകത്തേക്കു പോയി. ഹേമ സോഫയിൽ കാമുകനോടു ചേർന്നിരുന്നു.

"ഞാൻ ഓർത്തോർത്തിരിക്ക്യായിരുന്നു."

"ആരെ?"

"ഈ ആളെ."

അവളുടെ കരം കവർന്ന്, മൃദുവായ, നീണ്ടുമെലിഞ്ഞ വിരലുകളെ ഒരു പൂവിനെയെന്നപോലെ താലോലിച്ചുകൊണ്ട് അവൻ പറഞ്ഞു, "ഇന്നു രാത്രി മദിരാശിക്കു പോണം."

ചോദ്യഭാവത്തിൽ ഹേമ പ്രിയപ്പെട്ടവന്റെ കണ്ണുകളിലേക്കു നോക്കി.

"ആറുമാസത്തെ ഒരു സ്പെഷ്യൽ കോച്ചിങ്ങ്ക്ലാസിനു ചേരണം. ഇംഗ്ലീഷ് ലാംഗ്വേജ് ആന്റ് ലിറ്ററേച്ചർ. ഭാവിയിൽ ഗുണം ചെയ്യും. അപ്പഴയ്ക്കും ബിഎല്ലിന് അഡ്മിഷൻ ശരിയാവും."

"മാസത്തിലൊരിക്കലെങ്കിലും വരണം. എനിക്ക് കാണാതിരിക്കാൻ വയ്യ. ദിവസോം കത്തെഴുതണം. ഫോൺ നമ്പറു തരാം. ഇടയ്ക്ക് വിളിക്കണം. എന്നെ സങ്കടപ്പെടുത്തരുത്."

"എന്റെ പൊന്നിനെ സങ്കടപ്പെടുത്താനോ. നല്ല കഥ!"

അമ്മ ചായ കൊണ്ടുവന്നു. പ്ലെയ്റ്റിൽ മുറുക്കും ചീടയും പൂവമ്പഴവും. ശേഖരൻകുട്ടി ഒരു പൂവമ്പഴം മാത്രം കഴിച്ചു.

"കഴിക്ക് ശേഖരാ."

"വിശപ്പില്ലമ്മേ. പാലക്കാട്ടുനിന്ന് ഊണു കഴിച്ചിട്ടാ വന്നത്."

“അച്ഛനുമമ്മയ്ക്കും?”

“സുഖം. രണ്ടാളും പ്രത്യേകം ചോദിച്ചൂന്നു പറയാൻ പറഞ്ഞിട്ടുണ്ട്.”

“അമ്മേ, ശേഖരേട്ടൻ മദിരാശിക്കു പോവാണ്. ഇംഗ്ലീഷിൽ അഡ്വാൻസ്ഡ് കോഴ്സ് ചെയ്യണംന്ന്. അതു കഴിഞ്ഞിട്ട് ബിഎല്ലിന് ചേരാംന്ന്.”

“നന്നായി. മദിരാശിയിലെവിടേ താമസിക്ക്യാ?”

“എന്റെ കൂട്ടുകാരനുണ്ട്. ഒപ്പം പഠിച്ചതാണ്. തൃക്കിടീരിക്കാരൻ കുട്ടിനാരായണൻ.”

“ഇടയ്ക്ക് വരണം. ഇവിടൊരാള് കുട്ടിയെ ധ്യാനിച്ചിരിപ്പാണ് ഏതു നേരോം.”

“ഞാൻ വരും. എനിക്കും കാണാതിരിക്കാൻ വയ്യമ്മേ.”

മകളേയും ഭാവിമരുമകനേയും ഒറ്റക്കുവിട്ട് അമ്മ അടുക്കളയിലേക്കു പോയി. പണിക്കാരിത്തള്ള നിലം തുടയ്ക്കാൻ തുണിയും ബക്കറ്റുമായി വന്നു. കുട്ടികൾ എന്തൊക്കെയാണ് കിന്നാരിക്കുന്നതെന്നറിയാൻ ചെവി കൂർപ്പിച്ചു.

“ജാനോമ്മ അകത്തു പൊക്കോളൂ. തുടയ്ക്കലൊക്കെ പിന്നെ മതി.”

തള്ള മുറുമുറുത്തുകൊണ്ട് അകത്തേക്കു വലിഞ്ഞു.

കൊച്ചുവർത്തമാനം പറഞ്ഞ് സമയം പോയതറിഞ്ഞില്ല. മുറ്റത്ത് നിഴലിനു നീളം കൂടിയിരിക്കുന്നു. ശേഖരൻകുട്ടി എണീറ്റു.

“പോട്ടെ, വണ്ടി എട്ടുമണിക്കാണ്.”

അമ്മയോടും ഹേമയോടും യാത്രപറഞ്ഞ് ബംഗ്ലാവിന്റെ ഒതുക്കുകളിറങ്ങി. ഹേമ ഗെയ്റ്റുവരെ വന്നു.

“മാസം കൂടുമ്പൊ വരണം.”

“വരാം.”

“കത്തെഴുതണം.”

“എഴുതാം.”

“ഫോൺ വിളിക്കണം.”

“വിളിക്കാം.”

അവളുടെ തുടുത്ത കവിളിൽ ഒരു സ്നേഹസമ്മാനം കൊടുക്കണമെന്നുണ്ടായിരുന്നു. പറ്റിയില്ല. അമ്മ കണ്ടുകൊണ്ടു വന്നാലൊ. അമ്മ കണ്ടില്ലെങ്കിലും, കാഴ്ച കാണാൻ നിൽപുണ്ടാവും പണിക്കാരിത്തള്ള വാതിലിന്റെ മറവിൽ.

ഏഴുമണിക്കെങ്കിലും സ്റ്റേഷനിലെത്താനുള്ള ബദ്ധപ്പാടിലായിരുന്നു ശേഖരൻകുട്ടി. രാമേട്ടനോടു യാത്രപറഞ്ഞു. ഒരുമാസം കഴിഞ്ഞു കാണാമെന്ന് രാമേട്ടനുറപ്പു കൊടുത്തു.

സ്റ്റേഷൻവരെ ശെൽവൻ കൂട്ടു വന്നു. പെട്ടി അവൻ തൂക്കി. രണ്ടുറുപ്പിക അവന്റെ കീശയിലിട്ടു കൊടുത്തു. അവനു സന്തോഷമായി. വേന്ദ്രനാണ് ശെൽവൻ. രാമേട്ടനറിയാതെ ചില രാത്രികളിൽ ബ്രാണ്ടിക്കുപ്പി മടിക്കുത്തിൽ തിരുകി, വരട്ടിയ ആട്ടിറച്ചിയുടെ ഇലപ്പൊതിയുമായി അവൻ ലോഡ്ജിൽ വരും. മൂന്നാംകൊല്ലക്കാർ അവർ നാലുപേരുണ്ടായിരുന്നു. മദ്യപാനത്തിൽ ആരാര് മുമ്പൻ എന്നു പറയാൻ വയ്യ. കുടിച്ചു പൂസായി അവർ അന്തംവിട്ടു കിടന്നുറങ്ങി. രാമേട്ടൻ മുറിയിൽ വന്നെത്തിനോക്കാതിരിക്കാൻ മുറി അകത്തുനിന്നു സാക്ഷയിട്ടു.

മാസത്തിലൊരിക്കലെങ്കിലും സെക്കന്റ്ഷോ കാണാനെന്ന പേരുപറഞ്ഞ് ശേഖരൻകുട്ടിയും കൂട്ടുകാരും ശെൽവന്റെ കൂടെ പാലക്കാട്ടെ ഇടുങ്ങിയ ഊടുവഴികളിലൂടെ നടന്നു. ഒറ്റപ്പെട്ട ചില കുടിലുകളുടെ ചെറ്റവാതിലിൽ തട്ടി. കടുംനിറത്തിലുള്ള ചേലചുറ്റിയ, ചുവന്ന വലിയ പൊട്ടു വെച്ച, കറുത്തു തടിച്ച തമിഴത്തിപ്പെണ്ണുങ്ങൾ അവരെ അകത്തേക്കു വിളിച്ചു. ശെൽവൻ പുറത്തു കാത്തുനിന്നു. തമിഴത്തികൾ ലോഭമില്ലാതെ പകർന്നുകൊടുക്കുന്ന സുഖം നുകർന്ന് സെക്കന്റ്ഷോ വിടുന്ന സമയംനോക്കി തമ്പികൾ ലോഡ്ജിൽ തിരിച്ചെത്തി.

ഹേമയെ പ്രണയിച്ചു തുടങ്ങിയമുതൽ ശേഖരൻകുട്ടി മദ്യസേവ നിർത്തി. നിശാടനവും. കൂട്ടുകാരപ്പോഴും രാത്രി രണ്ടാമത്തെ സിനിമയ്ക്ക് ശെൽവന്റെ പിന്നാലെ പോയി. നല്ലവനാവണമെന്ന മോഹം കലശലായി വന്നു. ഹേമയെത്തന്നെ സങ്കൽപിച്ച്, ശേഖരൻകുട്ടി രാത്രികൾ തള്ളി നീക്കി. തൽക്കാലം അതു മതി.

നല്ലവനായ ശേഖരൻകുട്ടി പരീക്ഷ കഴിഞ്ഞ് നാട്ടിലെത്തി. രണ്ടാഴ്ച കൂടുമ്പോൾ പാലക്കാട്ടേക്കും പാലക്കാട്ടുനിന്ന് ഗോവിന്ദാപുരത്തേക്കും പോയി. ഹേമയെ കണ്ടു. ഹേമയുടെ അമ്മയെ കണ്ടു. ഏറെനേരം വർത്തമാനം പറഞ്ഞിരുന്നു. മകളേയും ഭാവിമരുമകനേയും ഒറ്റയ്ക്കുവിട്ട് അമ്മ അടുക്കളയിലേക്കു പിൻവാങ്ങി. സദ്യവട്ടമുണ്ടാക്കി.

ഡെപ്യൂട്ടി കളക്ടർ വീട്ടിലുണ്ടാവാൻ സാധ്യതയില്ലാത്ത നേരങ്ങളാണ് ശേഖരൻകുട്ടി സന്ദർശനത്തിന് തെരഞ്ഞെടുത്തത്. ഹേമയുടെ അച്ഛനുണ്ടെങ്കിൽ സമാഗമത്തിന്റെ രസം കുറയും. ഓഫീസുകാര്യങ്ങളും ചരിത്രവും സാഹിത്യവും ചർച്ചാവിഷയമാകും. ഹേമയോടു സല്ലപിക്കാൻ പിന്നെവിടെ സമയം!

നാലുമണിക്ക് ഗോവിന്ദാപുരത്തുനിന്നു പുറപ്പെടുന്ന ബസ്സിൽ കയറിപ്പറ്റിയാലേ ഒറ്റപ്പാലത്തെത്തി, അഞ്ചുനാഴിക നടന്ന് ഒരെട്ടു മണിക്കെങ്കിലും വീടണയാൻ പറ്റൂ. മദിരാശി സെൻട്രലിൽ കുട്ടിനാരായണൻ കാത്തുനിൽപ്പുണ്ടാവും. ടി.വി.എസ്സിലാണവനു ജോലി. അവന്റെ അച്ഛന്റെ ഒരകന്ന ബന്ധു ഒപ്പിച്ചുകൊടുത്തതാണ്. ഹൈസ്കൂളിൽ പഠിച്ച മൂന്നുകൊല്ലവും രണ്ടുപേരും ഒരേ ബെഞ്ചിലായിരുന്നു. അടുത്ത ചങ്ങാതിമാർ. ഇന്ററിന് കുട്ടിനാരായണനും പാലക്കാട്ടെ കോളേജിൽ ചേർന്നു. രണ്ടുകൊല്ലം അവനെങ്ങനെയോ തള്ളിനീക്കി. തരക്കേടില്ലാത്ത മാർക്കോടെ ഇന്റർ കടന്നുകൂടി. ഇനി പഠിക്കാൻ വയ്യെന്ന് അവൻ കോലു മുറിച്ചിട്ടു. മദിരാശിയിലേക്കു വണ്ടി കേറി.

മദിരാശിയിൽ കുട്ടിനാരായണനുള്ളത് അനുഗ്രഹമായി. ഒളിച്ചു കഴിയാൻ മദിരാശി സിറ്റിപോലെ വേറേതു സ്ഥലമുണ്ട്? പറ്റിപ്പോയ മണ്ടത്തരമോർത്ത് ഇപ്പോൾ ദുഖിച്ചിട്ടെന്തു പ്രയോജനം? എന്തിനാണ് അച്ഛനോടു കുറ്റം ഏറ്റുപറഞ്ഞത്! കൃത്യം കണ്ടതുപോലെയാണ് അച്ഛൻ ഭേദ്യം തുടങ്ങിയത്. എനിക്കൊന്നുമറിയില്ലെന്നും ഞാനങ്ങനെ ചെയ്തിട്ടില്ലെന്നും അച്ഛന്റെ തലയിൽതൊട്ടു സത്യം ചെയ്യാമായിരുന്നു. തലയിൽതൊട്ടു സത്യം ചെയ്തതുകൊണ്ട് ആരുടേയും തല പൊട്ടിപ്പിളർന്നിട്ടുണ്ടാവില്ല. വെറും അന്ധവിശ്വാസം.

ശേഖരൻകുട്ടി ബുദ്ധിമാനാണെന്നെല്ലാവരും പറയുന്നു. കഷ്ടം. ഒരു നുണ പറഞ്ഞു ഫലിപ്പിക്കാൻ കഴിയാത്ത വിഡ്ഢി. രണ്ടു ചെകിടത്തും മാറി മാറി അടിവീണപ്പോൾ പതറിപ്പോയി. നടന്നത് വള്ളിപുള്ളി വിടാതെ അച്ഛന്റെ മുമ്പിൽ വിളമ്പി. അച്ഛനൊരു സൂചനപോലും കിട്ടിയിട്ടുണ്ടാവില്ലെന്ന് എന്തേ ഓർമ്മ വന്നില്ല? അച്ഛൻ കാടടച്ചു വെടിവെച്ചു. തോക്കു നീളുന്നതുകണ്ട് പന്നി ചാടിവീണ് വെടിയുണ്ട നെറ്റിയിൽതന്നെ ഏറ്റുവാങ്ങി.

കാണാൻ പാടില്ലാത്ത കോലത്തിൽ ഇട്ടിച്ചിരിയേയും മകനേയും കണ്ടുവെന്ന് അമ്മ അച്ഛനോടു പറഞ്ഞിട്ടുണ്ടാകുമോ. ഉണ്ടാവില്ല. എങ്കിൽ എന്നേ അച്ഛൻ ചന്ദ്രഹാസമെടുക്കേണ്ടതായിരുന്നു. അന്നേ അച്ഛന്റെ കൈ കവിളത്തു വീണിട്ടുണ്ടാകുമായിരുന്നു.

ഇട്ടിച്ചിരിയും അപ്പുവും അടുപ്പത്തിലാണെന്നും കല്യാണത്തിന്റെ കാര്യം പറയുമ്പോൾ അവൻ ഒഴിഞ്ഞുമാറുകയാണെന്നും അമ്മ സൂചിപ്പിച്ചുകാണുമോ? അച്ഛനത് ഇത്രനാളും അറിഞ്ഞതായി ഭാവിക്കാതിരുന്നതാണെങ്കിലോ? പോലീസുകാരോട് അച്ഛൻ സത്യം പറഞ്ഞുകൂടെന്നില്ല. സ്വഭാവംകൊണ്ട് ഹരിശ്ചന്ദ്രനാണ്. ധർമ്മം പുലർന്നു കാണാൻ ആഗ്രഹിക്കാം അച്ഛൻ.

അങ്ങനെ സംഭവിക്കില്ല. വർഷങ്ങൾ കാത്തിരുന്ന്, അമ്പലങ്ങളായ അമ്പലങ്ങളിൽ വഴിപാടു കഴിച്ചുണ്ടായ മകൻ. ഇനിയൊന്നിന്റെ മുഖത്തു നോക്കാനില്ലല്ലോ അച്ഛനും അമ്മയ്ക്കും. അല്ലെങ്കിൽ, ശിക്ഷ എപ്പൊഴേ അച്ഛൻ നടപ്പാക്കിക്കഴിഞ്ഞു. ഒരാവർത്തികൂടി ശിക്ഷ നടന്നുകാണാൻ അച്ഛൻ പോലീസിനും നിയമത്തിനും മകനെ വിട്ടുകൊടുക്കില്ല.

തൽക്കാലം നാട്ടിൽനിന്നു മാറിനിന്നേ പറ്റൂ. വരും ദിവസങ്ങളിൽ പൊലീസുകാർ കൊക്കരിണിപ്പറമ്പിലും പരിസരപ്രദേശങ്ങളിലും പട്ടിയെപ്പോലെ മണത്തു നടക്കും. സംശയത്തിന്റെ പേരിൽ ചോദ്യം ചെയ്യലുകളുണ്ടാവും. തറവാട്ടിലേക്കും കേറിവരാം പൊലീസ്. പെണ്ണിന് വയറ്റിലുണ്ടാക്കിയതാരെന്ന ചോദ്യത്തിനാണ് ഉത്തരം കിട്ടേണ്ടത്. ചെറുപ്പക്കാരെയാവും അവർ നോട്ടമിടുക. ഇൻസ്പെക്ടർ തിരിച്ചും മറിച്ചും ചോദിക്കും. കല്ലുപോലെ, കണ്ണിമ വെട്ടാതെ നിൽക്കാൻ കഴിയണം. ബുദ്ധിയുള്ള പൊലീസുകാരനാണെങ്കിൽ, സംശയിക്കുന്ന ആളിന്റെ കണ്ണിലേക്കു നോക്കിയാണ് ചോദ്യങ്ങൾ ചോദിക്കുക. ഇരയുടെ കണ്ണിൽ ഭയത്തിന്റെ നിഴലാട്ടം കാണുമ്പോഴാണല്ലോ പുലി ചാടിവീഴുന്നത്. എന്തിന് പൊലീസിനെ ഭയക്കണം? ഒരു തെളിവും ബാക്കിവെക്കാതെയാണ് അന്നു കൊക്കരിണിപ്പറമ്പിൽനിന്ന് തിരിച്ചിറങ്ങിയത്. പത്തു തലയുള്ള പൊലീസോഫീസർ വന്നാലും കുറ്റവാളിയെ കണ്ടുപിടിക്കാൻ പോകുന്നില്ല. എങ്കിലും ഒരു മുൻകരുതൽ.

അവളുടെ കർണ്ണഞരമ്പുകളിൽ വിരലുകളമർന്നപ്പോഴും എന്താണ് സംഭവിക്കുന്നതെന്ന് അവൾ മനസ്സിലാക്കിയിട്ടുണ്ടാവില്ല. ഒരു പൂ പറിക്കുന്ന ലാഘവത്തോടെയാണ് പെണ്ണിന്റെ ജീവനെടുത്തത്.

തിരിഞ്ഞുനോക്കാതെ കൊക്കരിണിപ്പറമ്പിൽനിന്ന് പാടത്തേക്കിറങ്ങി. ആകാശച്ചെരുവിൽ വിളറിയ ചന്ദ്രക്കല. ടോർച്ചു കയ്യിലില്ലെന്ന് അപ്പോഴാണ് ഓർമ്മ വന്നത്. ടോർച്ച് ആൽത്തറയിൽ മറന്നു വെച്ചിരിക്കുന്നു. കൂടുതലാലോചിക്കാൻ നിന്നില്ല. മങ്ങിയ നാട്ടുവെളിച്ചത്തിൽ വരമ്പുകൾ അവ്യക്തമായെങ്കിലും കാണാം. നടന്നു പരിചയിച്ച വഴിയായതുകൊണ്ട് വലിയ ബുദ്ധിമുട്ടു തോന്നിയില്ല. ടോർച്ചു കയ്യിലില്ലാത്തതു നന്നായി. ടോർച്ചുവെളിച്ചം കൊക്കരിണിപ്പറമ്പിൽനിന്നു പുറപ്പെട്ട് പാടത്തുകൂടി പടിഞ്ഞാട്ട് ചേലക്കോട്ടുപടിപ്പുരവരെ നീങ്ങിപ്പോകുന്നത് ആരുടെയും ദൃഷ്ടിയിൽപ്പെടാതെ കഴിഞ്ഞു. അതും ഒരു തെളിവായിക്കൂടെന്നില്ല. ദൈവം എന്റെ ഭാഗത്താണ്.

പടിപ്പുര തള്ളിത്തുറന്ന് മുറ്റത്തേക്കുള്ള ഒതുക്കുകൾ കേറി. കോലായിൽ കമ്പിറാന്തലിന്റെ പ്രകാശം. അച്ഛൻ ചാരുകസേരയിലിരിക്കുന്നു. കൈമുട്ടുകൾ രണ്ടും കസേരത്തണ്ടിലൂന്നി, കൈപ്പടം കൊണ്ട് താടിക്കു താങ്ങുകൊടുത്താണിരിപ്പ്. അച്ഛന്റെ കനപ്പിച്ച മുഖഭാവം റാന്തലിന്റെ മങ്ങിയ പ്രകാശത്തിലും കാണാം. ദേഷ്യം വരുമ്പോഴാണ് അച്ഛൻ ഈ ഇരുപ്പിരിക്കുന്നത്. അപ്പോൾ അച്ഛന്റെ മുഖം ചുവന്നു തുടുത്തിട്ടുണ്ടാവും.

"എവിടെപ്പോയിരുന്നു?"

"അച്ചുമ്മാമേടെ വീട്ടിൽ."

"പോക്കറ്റ് ലാമ്പ്* കയ്യിൽ വെച്ചൂടെ നിണക്ക്? അച്ഛനെ പേടി വേണ്ട, ഇഴജന്തുക്കളെ പേടിക്കണ്ടേ?"

"ഇനി അങ്ങനെ ചെയ്യാം."

"ഞങ്ങക്കുവേണ്ടി."

മറുപടിയൊന്നും പറയാതെ മുകളിലേക്കുള്ള കോണി കേറി. തെക്കേ അറയിൽ, കട്ടിലിൽ മലർന്നു കിടന്നു. എല്ലാം മംഗളമായി കലാശിച്ചു. മനസ്സിന്റെ ഭാരം നീങ്ങിക്കിട്ടി. കരിമേഘം നീങ്ങിപ്പോയ ആകാശം. ആകാശത്ത് പൂർണ്ണചന്ദ്രൻ ഉദിച്ചുപൊങ്ങിയിരിക്കുന്നു. അത് ചന്ദ്രനല്ല, ഹേമയുടെ മുഖമാണ്. അവളുടെ മന്ദസ്മിതം നിലാവായി പെയ്തിറങ്ങുന്നു. നിലാവ് കണ്ണുകളെ തഴുകിയടച്ചു. ഉറക്കത്തിന്റെ ആഴത്തിലേക്കു താണുകൊണ്ടിരിക്കേ അകലെ അമ്മയുടെ വിളി കേൾക്കുന്നു.

"വല്ലതും കഴിച്ചിട്ടു കെടക്കെടാ."

വേണ്ട. ഞാൻ കഴിച്ചിട്ടാ വന്നത് എന്നായിരിക്കണം മറുപടി പറഞ്ഞത്.

---

* ടോർച്ചിന് പഴയകാലത്ത് വള്ളുവനാട്ടിലെ നാട്ടുമ്പുറങ്ങളിൽ പോക്കറ്റ് ലാമ്പ് എന്നും വിളിപ്പേരുണ്ടായിരുന്നു.

മൂന്ന്

മംഗലാപുരത്തുനിന്നു വരുന്ന മദിരാശിമെയിൽവണ്ടി ഒലവക്കോടു റെയിൽവേ സ്റ്റേഷനിലെ രണ്ടാം നമ്പർ പ്ലാറ്റ്ഫോറത്തിലേക്ക് കൂക്കി വിളിച്ചുകൊണ്ട് ഓടിക്കയറി വന്നു. രാത്രി ഒമ്പതു മണി. വണ്ടി ഒരു മണിക്കൂർ ലേറ്റ്. കമ്പാർട്ടുമെന്റിലേക്ക് പിടിച്ചുകയറുമ്പോൾ ശേഖരൻകുട്ടി ആലോചിക്കുകയായിരുന്നു. വനവാസം തുടങ്ങുന്നു. അതോ അജ്ഞാതവാസമോ! പൊലീസിന്റെ വഴിയിൽനിന്ന് മാറി നടക്കുകയാണ് ബുദ്ധി. ഇംഗ്ലീഷ് ലാംഗ്വേജിൽ അഡ്വാൻസ്ഡ് കോഴ്സ് ചെയ്താലോ. അർജ്ജുനന് പാശുപതാസ്ത്രം സ്വായത്ത മായത് വനവാസക്കാലത്താണല്ലോ.

വണ്ടി പ്ലാറ്റ്ഫോം വിട്ടു. യാത്രക്കാർ ഉറങ്ങാനുള്ള പുറപ്പാടി ലാണ്. സൈഡിലെ ലോവർ ബെർത്ത് കിട്ടിയതു നന്നായി. ഉറക്കം വരുന്നതുവരെ പുറത്തേക്കു നോക്കിയിരിക്കാം. കമ്പാർട്ടുമെന്റിലെ ലൈറ്റുകൾ ഓരോന്നായി കണ്ണടച്ചുതുടങ്ങി. ഇരുട്ടിന്റെ തുരങ്കത്തി ലൂടെയാണ് വണ്ടി കടന്നുപോകുന്നതെന്നു തോന്നിച്ചു. ചന്ദ്രനോ നക്ഷത്രങ്ങളോ ഇല്ലാത്ത ആകാശം. കുന്നുകളും പാറക്കൂട്ടങ്ങളും വയലുകളും മുൾച്ചെടിപ്പടർപ്പുകളും ഇരുട്ടിൽ മുങ്ങിക്കിടക്കുന്നു. മണ്ണെണ്ണവിളക്കിന്റെ മങ്ങിയ പ്രകാശംപോലും എങ്ങും കാണാനില്ല.

മോഹമുണ്ടെങ്കിലും ഈ രാത്രി ഉറങ്ങാൻ കഴിയുമെന്നു തോന്നു ന്നില്ല. അശുഭചിന്തകൾ തള്ളിക്കേറി വരുന്നു. വിവാഹാലോചന യുമായി ഒറ്റപ്പാലത്തേക്കു വരാനിരിക്കുകയായിരുന്നു ഹേമയുടെ അച്ഛൻ. ഓഫീസിലെ തിരക്കുകൾ കാരണം വരവു നീണ്ടുപോയി. ഭാവി മരുമകന്റെ പരീക്ഷ കഴിഞ്ഞു. ഇനി വൈകിക്കേണ്ട എന്നാണ് അച്ഛന്റെ തീരുമാനമെന്ന് ഹേമയും അവളുടെ അമ്മയും പറഞ്ഞു.

ഹേമയുടെ വിശേഷങ്ങൾ അമ്മയോടും അച്ഛനോടും പറയണ മെന്നു വിചാരിച്ചിരിക്കുമ്പോഴാണല്ലോ ഇട്ടിച്ചിരി എന്ന ധൂമകേതു വിന്റെ ഉദയം. അവൾ ഒരു ലഹരിയായി മത്തുപിടിപ്പിച്ച ദിവസങ്ങൾ.

ഹേമയുമായുള്ള കല്യാണം, സമയമുണ്ടല്ലോ എന്നാണ് അന്നു ചിന്തിച്ചത്.

ഹേമയുടെ തലക്കുറി വാങ്ങിക്കൊണ്ടുവന്നു, ഗോവിന്ദാപുരത്തു പോയ ഒരു ദിവസം.

അച്ഛൻ ജ്യോത്സ്യരെക്കണ്ടു, പത്തിലൊമ്പതു പൊരുത്തം, വിഷു കഴിഞ്ഞ് ആലോചനയാവാം എന്നാണ് ജ്യോത്സ്യരുടെ നിശ്ചയം എന്ന് ഹേമയുടെ അമ്മയോടു നുണ പറഞ്ഞു. അച്ഛനും അമ്മയും അമ്മയുടെ കോങ്ങാട്ടുള്ള ഏട്ടനും ഗോവിന്ദാപുരത്തേക്കു വരും. കല്യാണത്തിന്റെ ദിവസം നിശ്ചയിക്കാൻ എന്ന് ഒരു നുണകൂടി. ഡെപ്യൂട്ടി കളക്ടറുടെ മകളെ മകനുവേണ്ടി ആലോചിക്കാൻ അച്ഛനും അമ്മയ്ക്കും സന്തോഷമേ ഉണ്ടാവൂ എന്നാണ് കണക്കുകൂട്ടിയത്.

മുറ്റത്തിനരികിൽ നിൽക്കുന്ന നന്ത്യാർവട്ടം പൂത്തുലഞ്ഞു നിൽക്കുന്നു. തേൻ കുടിച്ചിട്ടു മതിയാവുന്നില്ല. ഡെപ്യൂട്ടി കളക്ടർ ഗോപാലമേനോന്റെ തോട്ടത്തിൽ എനിക്കുവേണ്ടി ഒരു ചെടി നട്ടുവളർത്തിയിട്ടുണ്ട്. ആ ചെടിയും പൂത്തുതുടങ്ങിയിട്ടുണ്ട്. സാവകാശമുണ്ടല്ലോ എന്നാണ് ചിന്ത പോയത്.

കാർത്ത്യായിനിയേടത്തിയുടെ പിൻപറ്റി അവൾ തറവാട്ടിലേക്കു വന്ന ദിവസം ഇപ്പോഴും ഓർമ്മയിൽ മങ്ങാതെ കിടക്കുന്നു. സ്കൂളിൽ പഠിക്കുന്ന കുട്ടിയുടെ മട്ടും ഭാവവും. കൗമാരം അവളുടെ ദേഹത്ത് മിനുക്കുപണികൾ തുടങ്ങിവെച്ചിട്ടുണ്ട്. അവളതറിഞ്ഞിട്ടില്ലെന്നു തോന്നും കന്മഷമില്ലാത്ത ചിരി കണ്ടാൽ. ചന്തമുള്ള മുഖം. നാണം പുരളാത്ത നോട്ടം. "വാ, മടിയിലിരിക്ക്" എന്നു പറയുകയാണെങ്കിൽ, അവൾ ഓടിവന്ന് മടിയിൽ കയറിയിരുന്നെന്നിരിക്കും.

അമ്മ പനിപിടിച്ചു കിടപ്പിലായതിനാൽ എന്തെങ്കിലും വെച്ചുണ്ടാക്കാനാണ് കാർത്ത്യായിനിയേടത്തി വരുന്നത്. അവർ മനയ്ക്കലേക്കു പോയിക്കഴിഞ്ഞാൽ ഇട്ടിച്ചിരി ഒന്നുകിൽ വടക്കേ അറയിൽ അമ്മയുടെ കൂടെ. അല്ലെങ്കിൽ കോലായിലൊരു മൂലക്കിരുന്ന് പുസ്തകവായന. അവൾ പത്താംക്ലാസു പരീക്ഷയ്ക്കു പഠിക്കുകയാണെന്ന് അമ്മ പറഞ്ഞിരുന്നു. ഇട്ടിച്ചിരി കോലായിലിരുന്നു പഠിക്കുന്ന നേരത്ത് ആ വഴിക്കൊന്നും പോയില്ല. പെണ്ണിന്റെ ശ്രദ്ധ മാറിപ്പോകേണ്ട. അച്ഛൻ ഉമ്മറത്തുണ്ടെങ്കിൽ വടക്കേപ്പുറത്തിരുന്നായിരിക്കും അവളുടെ പഠിത്തം.

നാല്

കാർത്ത്യായിനിയേടത്തി പണിക്കുവരാൻ തുടങ്ങിയതിന്റെ നാലാം ദിവസം. എന്നത്തേയുംപോലെ പത്തുമണിക്ക് പണിതീർത്ത് അവർ മനയ്ക്കലേക്കു പോയിരിക്കുന്നു. രാവിലത്തെ കാപ്പികുടി കഴിഞ്ഞ് കോലായിലെ ചാരുകസേരയിൽ ചാരിക്കിടന്ന് ആർതർ കാനൻഡോയിലിന്റെ ഷെർലോക്ഹോംസ് രണ്ടാംവട്ടം വായിക്കുകയായിരുന്നു ശേഖരൻകുട്ടി.

കുളത്തിൽ നീന്തിത്തുടിക്കുന്ന ശബ്ദം. ആരാവാം ഈ നേരത്ത് കുളിക്കാനിറങ്ങിയത്? അച്ഛനും കുമാരനും പാടത്താണ്. അമ്മ വടക്കേ അറയിൽനിന്നെണീറ്റിട്ടില്ല. അമ്മയ്ക്കു പനി വിട്ടുമാറിയിട്ടില്ല. അയൽപ്പക്കത്തുള്ള സ്ത്രീകൾ ഇവിടെ കുളിക്കാൻ വരുന്ന പതിവില്ലല്ലോ. പത്തടി നടന്നാൽ വിശാലമായ അമ്പലക്കുളമുണ്ട്. കുളത്തിന്റെ കിഴക്കേക്കരയിലാണ് കൃഷ്ണന്റെ അമ്പലം. ചുറ്റുവട്ടത്തുള്ളവരുടെ കുളി അമ്പലക്കുളത്തിലാണ്. കുളത്തിന്റെ വടക്കേക്കര പൊതുവഴി. ആ വഴിയേ പോയാൽ എളുപ്പം പീടികമുക്കിലെത്താം. ചങ്ങാതിമാരൊത്ത് കുളക്കരയിലൂടെ അങ്ങാടിയിലേക്കു നടക്കും ചില ദിവസങ്ങളിൽ. പെണ്ണുങ്ങൾ കുളിച്ചുകൊണ്ടു നിൽപ്പുണ്ടാവും. അൽപവസ്ത്രധാരികളായി സോപ്പുപതപ്പിച്ചുകൊണ്ടു നിൽക്കുന്ന അവരെ വേറൊരർത്ഥത്തിൽ ചെറുവാല്യക്കാർ നോക്കുന്നുണ്ടാവുമെന്ന് പാവം നാട്ടുമ്പുറത്തുകാരികൾ സംശയിക്കില്ല.

തീണ്ടാരി കുളിക്കണമെങ്കിൽ സ്ത്രീകൾ പാടത്തിന്റെ നടുക്കുള്ള കല്ലങ്കുളത്തിലേക്കാണ് പോവുക.

പുസ്തകം അടച്ചുവെച്ചു. ഒന്നു പോയിനോക്കാം. ആരാണെന്നറിയാനൊരു കൗതുകം. കുളക്കരയിലെ നാട്ടുമാവിന്റെ മറപറ്റി കുളത്തിലേക്കേന്തിവലിഞ്ഞു നോക്കി.

ഇട്ടിച്ചിരി കടവിൽ സോപ്പുതേച്ചുകൊണ്ടു നിൽക്കുന്നു, ഒറ്റത്തോർത്തുമാത്രമുടുത്ത്. നനഞ്ഞ മുണ്ട് അരയോടൊട്ടിക്കിടക്കുന്നു.

കൂമ്പിവരുന്ന മാറിടം. കൊച്ചുകുട്ടിയാണെന്നാണവളുടെ വിചാരം. വിചാരിച്ചപോലെ അത്ര കുട്ടിയല്ലല്ലോ ഇവൾ. ഒതുങ്ങിയതെങ്കിലും വികസിച്ചുവരുന്ന അരക്കെട്ട്. കൗമാരത്തിന്റെ പടവുകളിൽ കാൽ വെച്ചു നിൽക്കുന്ന സുന്ദരി.

അരയോളം വെള്ളത്തിലിറങ്ങിനിന്ന് അവൾ മുങ്ങിനിവർന്നു. വെള്ളത്തിൽ നിന്നുകൊണ്ടുതന്നെ അരയിൽചുറ്റിയ തോർത്തഴിച്ചു പിഴിഞ്ഞ് തലതുവർത്തി. കടവിലേക്കു തിരിച്ചുകേറുമ്പോൾ അവൾ തോർത്ത് വീണ്ടും അരയിൽ ചുറ്റി. കടവിൽ നനച്ചുപിഴിഞ്ഞുവെച്ച പാവാട വലിച്ചുകേറ്റി. നനമുണ്ടു പുതച്ച് അവൾ കൽപ്പടവുകൾ കേറി.

ശിരസ്സിലേക്ക് രക്തം ഇരച്ചു കേറുന്നു. ശ്വാസത്തിന്റെ വേഗം കൂടുന്നു. ഒച്ചകേൾപ്പിക്കാതെ തിരിച്ചുനടന്നു. ചാരുകസേരയിൽ വന്നു കണ്ണടച്ചുകിടന്നു. ഇട്ടിച്ചിരിയുടെ അനാവൃതമായ ഉടൽ അകക്കണ്ണിൽ തെളിഞ്ഞു വരുന്നു.

അടുക്കളഭാഗത്തെ പുറവാതിൽ കരയുന്നു. സ്വപ്നത്തിലെന്നപോലെ ശേഖരൻകുട്ടി കസേരയിൽനിന്നെണീറ്റു. ഇട്ടിച്ചിരി അടുക്കളവഴി തളത്തിലേക്കു വന്ന് തെക്കേ അറയിലേക്കു കടക്കുന്നത് അവളുടെ പാദചലനത്തിലൂടെ ഈ കോലായിലിരുന്നാലറിയാം. ചാരിവെച്ച അറവാതിൽ പതുക്കെത്തുറന്ന് ശേഖരൻകുട്ടി അകത്തു കടന്നു. പുറംതിരിഞ്ഞുനിന്ന് വസ്ത്രം മാറുകയായിരുന്നു ഇട്ടിച്ചിരി. വാതിൽപൊളിയുടെ കരകര ശബ്ദം കേട്ട് അവൾ ഞെട്ടിത്തിരിഞ്ഞു.

ശബ്ദമുണ്ടാക്കാതെ വാതിലടച്ചു തഴുതിട്ടു. എലിയെപ്പോലെ പേടിച്ചരണ്ടു നിൽക്കുന്ന അവളുടെ നേർക്ക് പൂച്ചയെപ്പോലെ അടിവെച്ചടിവെച്ചു ചെന്നു. പെണ്ണിനെ പൂണ്ടടക്കം പിടിച്ച് നേർത്ത ചുണ്ടുകളെ ഉമ്മകൊണ്ടു മുദ്രവെച്ചു. അവൾ കുതറിമാറാൻ ശ്രമിച്ചു. ഇരുകൈകൊണ്ടും അവനെ തള്ളിമാറ്റാൻ വെപ്രാളപ്പെടുന്നുണ്ടായിരുന്നു. ക്രമേണ ഇട്ടിച്ചിരിയുടെ പ്രതിരോധം കുറഞ്ഞു കുറഞ്ഞു വന്നു.

അതൊരു തുടക്കം മാത്രം. താഴത്തു വടക്കേ അറയിൽ അമ്മ ക്ഷീണിച്ചു തളർന്നു കിടപ്പായതുകൊണ്ട് സൗകര്യമായി. നാലുമണിച്ചായയുമായി എല്ലാ ദിവസവും ഇട്ടിച്ചിരി മുകളിലേക്കു കേറിവന്നു. അവളും ആ നിമിഷങ്ങൾക്കുവേണ്ടി കാത്തിരുന്നിരിക്കണം. അച്ഛൻ പാടത്ത് കൊയ്ത്തിന്റെ തിരക്കിലാണ്. സന്ധ്യ കഴിയും മടങ്ങിയെത്താൻ. ഒരു വേവലാതിയും വേണ്ട. എല്ലാം ഒത്തുകിട്ടിയ ദിവസങ്ങൾ. സങ്കൽപ്പപുരുഷനായി അവളുടെ ഉള്ളിന്റെയുള്ളിൽ അപ്പേട്ടൻ ഇടംനേടിയിട്ടുണ്ടെന്നുറപ്പായിരുന്നു.

വിയർപ്പിൽ മുങ്ങിയ ദേഹത്തോടൊട്ടിക്കിടക്കവേ ഇട്ടിച്ചിരി മന്ത്രിച്ചു: "അപ്പേട്ടൻ എന്നെ കൈവിടോ? എന്നാ ഞാൻ ചാവും."

"എന്റെ സുന്ദരിക്കുട്ടിയെ കൈവിടാനോ? നീയെന്റെ പെണ്ണല്ലേ. നിന്റെ കഴുത്തിൽ ഞാൻ താലികെട്ടും."

"അപ്പേട്ടന്റെ അച്ഛനും അമ്മേം സമ്മതിക്ക്വോ?"

"എന്താ സമ്മതിക്കാതെ, അച്ഛനും അമ്മയ്ക്കും നിന്നെ ഇഷ്ടാണ്. നമ്മൾ സ്വജനങ്ങളാ. നോക്കിക്കോ, ഒരു കോലാഹലവും ഉണ്ടാവില്ല."

ഇട്ടിച്ചിരി പാവം, ആശ്വാസത്തോടെ കണ്ണടച്ചു കിടന്നു. പിന്നെ തട്ടിപ്പിടഞ്ഞെണീറ്റ് വസ്ത്രം ധരിച്ച് കോണിയിറങ്ങിപ്പോയി.

ഹേമയെപ്പറ്റിയാണ് അപ്പോൾ ആലോചിച്ചത്. ക്ഷമിക്കെന്റെ തങ്കക്കുടമേ. കോണിയിറങ്ങിപ്പോയ ഇവളൊരിക്കലും നമ്മുടെ ജീവിതത്തിലേക്ക് കയറിവരില്ല. സമയംപോക്കാനൊരു വഴി. അങ്ങനെയേ വിചാരിച്ചിട്ടുള്ളൂ. അവൾ സ്വപ്നം കാണുന്നുണ്ടാവും. കണ്ടു രസിക്കട്ടെ. അടിച്ചുതളിക്കാരിപ്പെണ്ണിന്റെ സ്വപ്നങ്ങൾ.

കുറച്ചുദിവസം കഴിയുമ്പോഴേക്കും അമ്മയുടെ ആരോഗ്യം മെച്ചപ്പെടും. പനി വിട്ടുമാറിയിരിക്കുന്നു. അടുക്കളയിൽ കടക്കാനും അത്യാവശ്യം പണികളൊക്കെ ചെയ്യാനും അമ്മയെക്കൊണ്ടാവും. കല്യാണിയുണ്ടല്ലോ സഹായത്തിന്.

കാർത്ത്യായിനിയേടത്തിയുടെ വരവു നിൽക്കുമ്പോൾ ഇട്ടിച്ചിരിയുടെ ഇങ്ങോട്ടുള്ള വരവും നിലയ്ക്കും. ചെറിയമ്മയെ കാണാനും വിശേഷം പറഞ്ഞിരിക്കാനും എന്തായാലും അവൾ ഒറ്റയ്ക്കു വരില്ല. ആ നരുന്തുപെണ്ണിന് അത്ര തന്റേടമുണ്ടാവില്ല.

അപ്പേട്ടനില്ലാതെ ഒരു ജീവിതമില്ലെന്ന് അവൾ ഉറപ്പിച്ചിട്ടുണ്ടാവും. ശിവക്ഷേത്രത്തിൽവെച്ചാണ് അവളെ കണ്ടുമുട്ടാൻ സാധ്യതയേറെ. തൽക്കാലം ആൽത്തറസംഘത്തെ ഒഴിവാക്കാം. കൂട്ടുകാരന്വേഷിച്ചു വരികയാണെങ്കിൽ, സുഖമില്ലെന്ന് കളവു പറയാം. കൃഷ്ണനും രാധയുമായി ആടിത്തിമർത്ത കഥകൾ രഹസ്യമാക്കി വെക്കാം. ഒരിക്കലും അവരറിയരുത്.

"ഞാൻ വരും നിന്റെ വീട്ടിലേക്ക്. പകൽനേരത്ത് കാർത്ത്യായിനിയേടത്തി കാണില്ലല്ലോ. നമുക്ക് സ്വൈരമായി മിണ്ടിയും പറഞ്ഞും ഇരിക്കാം."

പാവം. അവളതു വിശ്വസിച്ചിട്ടുണ്ടാവും. തറവത്തു വീടിന്റെ ഏഴയലത്തുകൂടി പോവില്ലെന്ന് അന്നേ മനസ്സിലുറപ്പിച്ചു.

കട്ടുതീറ്റ അമ്മ കണ്ടുപിടിച്ച ദിവസം. അന്ന് ഹേമയെ മനസ്സു കൊണ്ടു കെട്ടിപ്പിടിച്ച് അവളുടെ തലയിൽതൊട്ടു സത്യം ചെയ്ത താണ്. മേലാൽ ഇട്ടിച്ചിരിയെ കാണില്ല.

ഇട്ടിച്ചിരിയോടൊത്തു കഴിച്ചുകൂട്ടിയ മധുരമുള്ള നിമിഷങ്ങൾ ഓർമ്മയിൽ സൂക്ഷിച്ചുവെക്കാം. ഇടയ്ക്കെപ്പോഴെങ്കിലും ആ ഓർമ്മ ച്ചെപ്പു തുറന്നുനോക്കാൻ രസമായിരിക്കും.

ഇട്ടിച്ചിരിയെ കട്ടിലിൽ കെട്ടിപ്പിടിച്ചു കിടക്കുന്നത് കണ്ടു കൊണ്ടാണ് അമ്മ അറയിലേക്കു കടന്നുവന്നത്. അവളുടെ മണി കിലുക്കംപോലുള്ള ചിരി അമ്മ കേട്ടുകാണണം. അങ്ങനെ അവൾ ചിരിക്കേണ്ട കാര്യമില്ലല്ലോ എന്ന് അമ്മയ്ക്ക് ആകാംക്ഷ തോന്നി ക്കാണും. ആകാംക്ഷകൊണ്ടായിരിക്കും, വയ്യെങ്കിലും അമ്മ കോണി പ്പടി കേറി വന്നത്.

ഇട്ടിച്ചിരി പരിഭ്രമിച്ച് കട്ടിലിൽ എഴുന്നേറ്റിരുന്നു. അമ്മയെ മറി കടന്ന് അവൾ കോണിപ്പടികൾ ഓടിയിറങ്ങി. നാണംകൊണ്ടും കുറ്റ ബോധംകൊണ്ടും അമ്മയോടു യാത്രപോലും പറയാതെയാണ് ഇട്ടി ച്ചിരി വീടിന്റെ പടിയിറങ്ങിയത്. പിന്നീടവൾ വന്നില്ല. നാലഞ്ചു ദിവസംകൂടി കാർത്ത്യായിനിയേടത്തി വന്നുപോയി. അടുക്കളയിൽ പെരുമാറാമെന്നായപ്പോൾ അമ്മതന്നെയാണ് അവരോടു വരേ ണ്ടെന്നു പറഞ്ഞത്. പോകുമ്പോൾ അമ്മ അവർക്ക് മുണ്ടും പണവും കൊടുത്തു.

ഇട്ടിച്ചിരിയെ കെട്ടിപ്പിടിച്ചു കിടക്കുന്നത് അമ്മ കണ്ടതാണ്. എന്നിട്ടും അമ്മ മറുത്തൊരക്ഷരം പറഞ്ഞില്ല. ഭദ്രകാളിയെപ്പോലെ അമ്മ കലിതുള്ളുമെന്നും തെക്കേ അറ പൊളിഞ്ഞു വീഴുമെന്നും പേടിച്ചു. മകന്റെ ചുമലിൽ കൈവെച്ച് അമ്മ ചിരിക്കുകയാണ്.

"നിനക്കവളെ ഇഷ്ടാണോ?"

"ഇഷ്ടാണ്."

"അമ്മ അച്ഛനോടു പറയാം. എത്രയും വേഗം നിങ്ങടെ കല്യാണം നടത്തിത്തരാം. പോരെ?"

"അതു വേണ്ട."

"വേണ്ടാന്നോ." അമ്മയുടെ മുഖം ഇരുളുന്നു.

"കല്യാണം കഴിക്കാനിഷ്ടല്യ."

"എന്തേ?"

"എന്റെ സ്ഥിതിക്ക് ചേരില്ല"

"വേണ്ടാത്തതെന്തെങ്കിലും സംഭവിച്ചിട്ടുണ്ടെങ്കിലോ?"

"ഒന്നും സംഭവിക്കില്ല."

"ദുഷ്ടാ."

"എനിക്കെന്റെ ഭാവി നോക്കണം."

"ആ കുട്ടീടെ ഭാവി ആരു നോക്കും?"

"എനിക്കറിയില്ല."

"ഞാൻ അച്ഛനോടു പറയും."

"ഞാൻ തൂങ്ങിച്ചാവും."

ഒരക്ഷരം മിണ്ടാതെ അമ്മ കോണിയിറങ്ങിപ്പോയി. പിന്നീടുള്ള ദിവസങ്ങളിൽ അമ്മയ്ക്ക് മുഖം കൊടുക്കാതെ കഴിയുകയായിരുന്നു. മകനോടു സംസാരിക്കാൻ അമ്മയും ഉത്സാഹം കാണിച്ചില്ല.

എന്നാലും അമ്മ അക്കാര്യം അച്ഛനോടു പറയുകയില്ലെന്നുതന്നെ വിശ്വസിച്ചു. ഒരേയൊരു പുത്രനെ നഷ്ടപ്പെടാൻ ഏതായാലും അമ്മയ്ക്കാവില്ല.

അഞ്ച്

ഇട്ടിച്ചിരിയെ ഇനി കാണില്ലെന്ന് ശപഥം ചെയ്തിട്ട് നീണ്ട ഏഴു രാവും ഏഴു പകലും കഴിച്ചുകൂട്ടി. ഇനി പിടിച്ചുനിൽക്കാൻ വയ്യ. ഹേമയുടെ തലയിൽതൊട്ടു സത്യം ചെയ്തത് തൽക്കാലം മറക്കാം. മനസ്സിൽ ചെയ്ത സത്യം മനസ്സിൽത്തന്നെ മായ്ച്ചുകളയാം. ഇതൊന്നും ഒരിക്കലും ഹേമ അറിയാൻ പോകുന്നില്ല. കുറ്റബോധത്തിന്റെ കാര്യമെന്താണ്? ഇട്ടിച്ചിരിയെ കാണണം. കണ്ടേ പറ്റൂ.

കൂടുതലാലോചിക്കാൻ നിൽക്കാതെ, അച്ചുമാമയുടെ വീട്ടിൽ പോവുകയാണെന്നു മാത്രം അമ്മയോടു പറഞ്ഞ്, ഉച്ചസമയത്ത്, പടിപ്പുര തുറന്ന് പാടത്തേക്കിറങ്ങി. പാടത്തിനക്കരെ ഇടവഴിയുടെ ഓരത്താണ് തരവത്തു വീട്. വലിഞ്ഞു നടന്നു. സൂര്യൻ തലയ്ക്കു മുകളിൽ കത്തിയെരിയുന്നു. ഇടവഴിയെ ആർക്കും എപ്പോഴും നടന്നു പോകാമല്ലോ. ഉച്ചനേരമായതുകൊണ്ടാവാം ഇടവഴിയിലാരേയും കണ്ടുമുട്ടിയില്ല.

എവിടെപ്പോകുന്നു ഈ വഴിക്ക്, ആരെക്കാണാനാ, എന്താ കാര്യം, ഇങ്ങനെ കുറേ അനാവശ്യചോദ്യങ്ങൾക്ക് ഉത്തരം പറയേണ്ടി വരും. അറിഞ്ഞിട്ട് മറ്റേയാൾക്ക് പ്രത്യേകിച്ച് കാര്യമുണ്ടായിട്ടല്ല. വെറുതെ ഒരു കുശലം.

തരവത്തെ ഇല്ലിപ്പടിക്കലെത്തിയപ്പോൾ നിന്നു. മരങ്ങളുടെ മറവുള്ളതുകൊണ്ട് അടുത്ത വീടുകളിൽനിന്ന് തരവത്തെ മുളമ്പടി കാണില്ല. പാവങ്ങളുടെ വീടുകളാണ് ചുറ്റുവട്ടത്ത്. കൊയ്ത്തുകാലമായതിനാൽ ആണുങ്ങൾ കൊയ്യാനും മെതിക്കാനും പോയിക്കാണും. പെണ്ണുങ്ങൾ ഉച്ചക്കഞ്ഞി കുടിച്ച് കോലായിൽ മയങ്ങുകയാവും. കണ്ടാലെന്തു കുഴപ്പം. പറഞ്ഞുവന്നാൽ, തരവത്തുകാരും ചേലക്കോട്ടുകാരും ബന്ധുക്കൾ. കാർത്ത്യായിനിയേടത്തിയോട് ഒന്നത്രടംവരെ വരാൻ പറയാൻ വന്നതാണ്. ആരും വിശ്വസിച്ചു പോകുന്ന ഒരു നുണ പറയാം, വേണമെങ്കിൽ.

എന്നെക്കണ്ടാൽ കിണ്ണം കട്ടവനാണെന്നു തോന്നുമോ എന്നു സംശയിക്കരുത്. മുണ്ടു മടക്കിക്കുത്തി മുളമ്പടി കവച്ചു കടന്നു. പെണ്ണ്

വീട്ടിലുണ്ടായിരിക്കണേ എന്നായിരുന്നു പ്രാർത്ഥന. പ്രാർത്ഥന ഫലിച്ചു. ആരാ പടികടന്നു വരുന്നതെന്നറിയാൻ ഇട്ടിച്ചിരി ഉമ്മ റത്തു വന്നു. അപ്പോഴുമുണ്ട് അവളുടെ കയ്യിലൊരു പുസ്തകം.

അപ്പേട്ടൻ! അപ്പേട്ടൻ വാക്കു പാലിച്ചു. ആഹ്ലാദത്തോടെ അവൾ ഏട്ടനെ അകത്തേക്കു ക്ഷണിച്ചു: "കോലായിലിരിക്കണ്ട. വരൂ, ആരെ ങ്കിലും കാണും."

അതാണാഗ്രഹിച്ചതും. അവളെ ചേർത്തുപിടിച്ച് ഇടനാഴിയിൽ നിന്നു. ആർത്തിയോടെ ചുണ്ടുകൾ ചുണ്ടുകളെത്തേടി.

"അമ്മ എപ്പൊ വരും?"

"സന്ധ്യയാവും."

സന്തോഷം.

ഇട്ടിച്ചിരി ഉമ്മറവാതിലടച്ചു സാക്ഷയിട്ടു. അവളുടെ കൈപിടിച്ച് കിടപ്പറയിലേക്കു നടന്നു. വിയർപ്പിൽകുളിച്ച് പായിൽ മലർന്നു കിടക്കുമ്പോൾ ഇട്ടിച്ചിരി ആലസ്യത്തോടെ നെഞ്ചിൽ തലചേർത്തു കിടന്നു.

"നമ്മടെ കല്യാണക്കാര്യം..."

"നിന്റെ പഠിത്തം കഴിയട്ടെ."

"പഠിത്തം കഴിയാൻ കാത്തിരിക്കണ്ട."

"എന്തേ?"

"ശരിയാവില്ല."

"എന്തുപറ്റി?"

"എന്റെ കുളി തെറ്റി."

തലയ്ക്കടി കിട്ടിയപോലെ ഒരു തരിപ്പ്. ദൈവമേ! പരിഭ്രമം മുഖത്തു നിഴലിക്കാതിരിക്കാൻ പാടുപെട്ട് ഇട്ടിച്ചിരിയുടെ കാതിൽ മന്ത്രിച്ചു: "എല്ലാം ഏട്ടൻ ശരിയാക്കും."

മുളമ്പടി കടന്ന് ഇടവഴിയിലേക്കിറങ്ങിയപ്പോഴും ഇടവും വലവും നോക്കി. ഒരു മുൻകരുതൽ. ഈ അവസ്ഥയിൽ പ്രത്യേകം ശ്രദ്ധ വേണം. തരവത്തുനിന്നിറങ്ങിപ്പോകുന്നത് ആരും കാണുന്നില്ലെങ്കിൽ അത്രയും നല്ലത്. മേലും കീഴും നോക്കാതെ ഓരോ പ്രവൃത്തികൾ ചെയ്യുക; ഇപ്പോൾ ഇടവും വലവും നോക്കിയിട്ടെന്തു പ്രയോജനം. സർവസ്വവും കൈവിട്ടു പോകുന്നു. ഗോവിന്ദാപുരത്തെ മണിമാളി കയും ഹേമ എന്ന അപ്സരകന്യകയും സിവിൽസർവീസും. ഇട്ടി ച്ചിരിയെന്ന ഈ പൊട്ടിപ്പെണ്ണിനെ കെട്ടി, ഒരു ഉണ്ണാമൻ നായരായി, ഏതെങ്കിലും സർക്കാരാപ്പീസിൽ അധോമണ്ഡല ഗുമസ്തനായി

ഒടുങ്ങിത്തീരും ജീവിതം. മനയ്ക്കലെ അടിച്ചുതളിക്കാരിയുടെ മകൾക്ക് ഇലമുറിയൻ നായർ സംബന്ധം. ഹാസിക്കും മാലോകർ. കൈവന്ന സൗഭാഗ്യങ്ങൾ തട്ടിത്തെറിപ്പിച്ചു. ഒറ്റപ്പാലത്തുപോയി തീവണ്ടിക്കു തലവെക്കുകയാണ് ഇപ്പോൾ കരണീയം. എല്ലാം അവസാനിക്കട്ടെ.

വീട്ടിലെത്തി, മുറിയിൽ കയറി വാതിലടച്ചു. അമ്മ മുട്ടിവിളിക്കുകയാണെങ്കിൽ തലവേദനയാണെന്നു പറയാം. ഹരിച്ചും ഗുണിച്ചും കൂട്ടിയും കുറച്ചും കിടക്കുമ്പോൾ ഒരു കാര്യം ബോധ്യമായി. തട്ടിത്തെറിപ്പിക്കേണ്ടത് കിട്ടാൻ പോകുന്ന സൗഭാഗ്യങ്ങളെയല്ല, അവളെയാണ്, ആ നശൂലംപിടിച്ച പെണ്ണിനെ. സ്വന്തം ജീവിതത്തിൽനിന്നു മാത്രമല്ല, ഈ ലോകത്തുനിന്നുതന്നെ.

അപ്പേട്ടൻ തങ്കച്ചെറിയമ്മയോട് കല്യാണക്കാര്യം പറയുമെന്നും തങ്കച്ചെറിയമ്മ അപ്പേട്ടന്റെ അച്ഛനോടു പറയുമെന്നും അപ്പേട്ടന്റെ അച്ഛൻ തരവത്തേക്ക് അമ്മയെക്കാണാൻ വരുമെന്നും ശിവന്റെ തിരുമുമ്പിൽ ബന്ധുക്കളും ദേശക്കാരും കൂടിനിൽക്കേ, അപ്പേട്ടൻ അവളുടെ കഴുത്തിൽ താലികെട്ടുമെന്നും ഇട്ടിച്ചിരി മനക്കോട്ട കെട്ടുന്നുണ്ടാവും.

മകളുടെ കുളിതെറ്റി എന്നറിയുമ്പോൾ അവളുടെ അമ്മയ്ക്കു കോപവും താപവുമുണ്ടാവും. അമ്മയ്ക്കു സംശയം തോന്നുന്നതിനു മുമ്പ് കല്യാണം നടന്നുകിട്ടണമെന്നായിരിക്കും പെണ്ണിന്റെ ഉള്ളിലിരിപ്പ്. ഇട്ടിച്ചിരിക്ക് വയറ്റിലുണ്ടെന്നും അവളെ കല്യാണം കഴിക്കാൻ തയ്യാറാണെന്നും അമ്മയോടു പറയുകയാണെങ്കിൽ എന്തു സംഭവിക്കും? അമ്മ സന്തോഷിക്കും. അമ്മ അച്ഛനോടു പറയും. അച്ഛനു ദേഷ്യം വരുമെന്നുറപ്പ്. മകൻ ബി.എക്കാരനാണെന്ന് അച്ഛനോർക്കില്ല. കനത്ത കൈ കവിളത്തു വീഴാനും മതി. ഇട്ടിച്ചിരി മരുമകളായി വരുന്നത് അച്ഛനും ഇഷ്ടമായിരിക്കും. അവളെ പുടവ കൊടുത്തു കൊണ്ടുവരണമെന്നുതന്നെ അവരു നിശ്ചയിക്കും. തരവത്തെ കാർത്ത്യായിനിയമ്മയുടെ മകൾക്ക് ചേലക്കോട്ടെ ശിവരാമ മേനോന്റെ മകൻ വയറ്റിലുണ്ടാക്കി എന്ന് ദേശക്കാരറിയുന്നതിനു മുമ്പേ മകനെക്കൊണ്ട് അവളുടെ കഴുത്തിൽ അച്ഛൻ താലി കെട്ടിക്കും.

അങ്ങനെ സംഭവിക്കരുത്. ഉടനെ ഒരു പരിഹാരം കാണണം. എങ്ങനെ?

രാത്രിയുടെ അന്ത്യയാമംവരെ ഉറക്കം വരാതെ കിടന്നു. അപ്പോഴൊരു വഴി തെളിഞ്ഞു വന്നു.

ആറ്

മൂപ്പട്ടുതിങ്കളാഴ്ചകളിൽ ത്രിസന്ധ്യയ്ക്ക് ശിവന്റെ അമ്പലത്തിൽ തൊഴാൻ പോകുന്ന പതിവുണ്ട് ഇട്ടിച്ചിരിക്ക്. അസ്തമയം കഴിഞ്ഞ് ഇരുട്ടു പരക്കുന്നതിനു മുമ്പ് അവൾ തൊഴുതു മടങ്ങും.

ക്ഷേത്രമൈതാനത്തുനിന്ന് പടിഞ്ഞാട്ട് ചെത്തിപ്പടുത്തിറക്കിയ നീളൻ കരിങ്കൽപ്പടവുകൾ. പടവുകളിറങ്ങിച്ചെല്ലുന്നത് വീതിയുള്ള, ഉയർന്ന വയൽവരമ്പത്തേക്ക്. നടവരമ്പിൽനിന്ന് ഇടത്തോട്ടിറങ്ങി, ചെറിയ വരമ്പുകളിലൂടെ തെക്കോട്ടു നടന്ന്, കൊക്കരിണിപ്പറമ്പും താണ്ടിവേണം ഇട്ടിച്ചിരിക്ക് തരവത്തു വീടു നിൽക്കുന്ന ഇടവഴി യിലെത്താൻ.

വെള്ളിയാഴ്ചയാണ് ഇട്ടിച്ചിരിയെ സംഗമിച്ചത്. തിങ്കളാഴ്ച സന്ധ്യമയങ്ങുന്നേരത്ത് കൊക്കരിണിപ്പറമ്പിൽ ശേഖരൻകുട്ടി കാത്തുനിന്നു. ഈ വഴി ആൾസഞ്ചാരം കുറവാണ്. കൊക്കരിണി പ്പറമ്പിന്റെ അരികുപറ്റിപ്പോകുന്ന വരമ്പത്തുകൂടി ആരെങ്കിലും വരികയാണെങ്കിൽ മരങ്ങളുടെ മറവിലേക്കു മാറി നിൽക്കാം. പോരെ ങ്കിൽ പാഴ്ച്ചെടികൾ ആളുയരത്തിൽ വളർന്നു നിൽക്കുന്നു. ചേല ക്കോട്ടെ ശേഖരൻകുട്ടിയെ കൊക്കരിണിപ്പറമ്പിൽ കണ്ടാലെന്താണു കുഴപ്പം? അവരുടെ പറമ്പ്. പക്ഷേ ഇന്ന് ഈ നേരത്തിവിടെ ചുറ്റി പ്പറ്റി നിൽക്കുന്നത് ആരുടേയും കണ്ണിൽപ്പെടരുത്.

പ്രതീക്ഷ തെറ്റിയില്ല. അമ്പലപ്പടവുകളിറങ്ങി ഒരു സ്ത്രീരൂപം വലിയ വരമ്പിലെത്തി, തെക്കോട്ടിറങ്ങി, ചെറിയ വരമ്പിലൂടെ നടന്നുവന്നുതുടങ്ങി. നേരം വൈകുന്നതിനാലായിരിക്കും ഇവളുടെ നടത്തത്തിനു വേഗമുണ്ട്. അത് ഇട്ടിച്ചിരിതന്നെ.

പറമ്പിൽനിന്നിറങ്ങി വഴിവക്കിൽ കാത്തുനിന്നു. അടുത്തെത്തി യപ്പോഴാണ് ഇട്ടിച്ചിരി ആളെ തിരിച്ചറിഞ്ഞത്.

"അപ്പേട്ടൻ, ഏട്ടനെന്താ ഇവിടെ?"

"ഇത് ഞങ്ങടെ പറമ്പല്ലേ. ഈ വഴി വന്നപ്പൊ ഒന്നു കേറി

നോക്കാംന്നു വെച്ചു. തേങ്ങ കളവുപോകുന്നുണ്ട്. ഒത്താൽ, കള്ളനെ കയ്യോടെ പിടിക്കാം.''

"ഞാൻ പോട്ടെ. നേരം വല്ലാതെ വൈകി. അമ്മ പടിക്കലേക്ക് നോക്കി ഇരിക്കുന്നുണ്ടാവും.''

"വീടുവരെ ഞാനും വരാം. നിനക്കൊരു അതിശയം കാണണ്ടെ. കൊക്കരിണീടെവക്കത്ത് വിശേഷപ്പെട്ട ഒരു ചെടിയുണ്ട്. അതു പൂത്തു. എന്താ പൂവിന്റെ ചന്തം! എന്തൊരു വാസന!''

ഇട്ടിച്ചിരിയുടെ കൈപിടിച്ച് പറമ്പിലേക്കു കേറി.

"ഈ പൂവിന്റെ വാസന കേട്ട് ഗന്ധർവൻ വരും. ഒറ്റയ്ക്ക് ഈ വഴി വരാൻ പാടില്ല.''

"ഒരു ഗന്ധർവൻ കൂടെണ്ടല്ലോ. പിന്നെങ്ങനെ വേറൊരു ഗന്ധർവൻ കേറിപ്പിടിക്ക്യാ?''

ഇട്ടിച്ചിരി കളിവാക്കു പറഞ്ഞു. അവളെ ചേർത്തുപിടിച്ച് കൊക്കരിണിയുടെ നേർക്കു നടന്നു. കൊക്കരിണിയുടെ കരയ്ക്ക്, ചെടികളുടെ മറവിൽ കറുകപ്പുൽമെത്ത.

"ഇവിടിരിക്കാം.''

ഇട്ടിച്ചിരി അനുസരണയോടെ അപ്പേട്ടന്റെ മടിയിൽ തലവെച്ചു കിടന്നു.

"അപ്പേട്ടാ വേണ്ട. ആരെങ്കിലും കാണും.''

"ആരും കാണില്ല. ഒരാളും ഈ നേരത്ത് ഈ വഴിക്കു വരില്ല.''

ആനന്ദമൂർച്ഛയുടെ നിമിഷങ്ങൾ. അവളുടെ കണ്ണുകൾ താനേ അടയുന്നു. ഇതാണ് പറ്റിയ അവസരം. ഇതു നഷ്ടപ്പെടുത്തരുത്. അവളുടെ അരക്കെട്ടിന്റെ ഇരുവശത്തും കാൽമുട്ടുകളൂന്നിക്കൊണ്ട്, സർവശക്തിയുമെടുത്ത്, കണ്ഠനാളത്തിൽ വിരലുകളമർത്തി.

ഇട്ടിച്ചിരി കണ്ണുതുറിച്ച് അവളുടെ കാലനെ അവിശ്വസനീയതയോടെ നോക്കി. അവൾ നിലവിളിക്കാൻ ശ്രമിക്കുകയും പ്രാണവായുവിനുവേണ്ടി കൈകാലിട്ടടിക്കുകയും ചെയ്തു. അവളുടെ ശരീരം ക്രമേണ പിടഞ്ഞു നിശ്ചലമായി.

അവൻ എഴുന്നേറ്റ് നാലുപുറവും നോക്കി. സമയമേതും കളയാതെ പെണ്ണിന്റെ ജീവനറ്റ ദേഹം താങ്ങിയെടുത്ത് കൊക്കരിണിയുടെ ആഴത്തിലേക്കിട്ടു. അവളെ ഏറ്റുവാങ്ങിയപ്പോൾ കൊക്കരിണി നിലവിളിച്ചു ബഹളംകൂട്ടി.

ഭാഗം മൂന്ന്

പിതൃലോകത്തേക്കുള്ള കൂറ്റൻ കവാടം ഇട്ടിച്ചിരിയുടെ ആത്മാവിനുമുമ്പിൽ ഇപ്പോഴും അടഞ്ഞുകിടന്നു. ഭൂമിയുടെ പച്ചപ്പിൽനിന്നുയർന്നു പൊങ്ങി, ആകാശവും താണ്ടി, പിതൃലോകത്തിന്റെ ഈ കവാടത്തിനു മുന്നിലെത്തിയിരിപ്പായിട്ട് നാൽപ്പത്തൊന്നും പിന്നെയൊരു നാൽപ്പത്തൊന്നും രാവുകൾ കഴിഞ്ഞുപോയിരിക്കുന്നു. ഭൂമിയിൽനിന്നു പറന്നുവന്നുകൊണ്ടിരിക്കുന്ന മറ്റാത്മാക്കളോടൊപ്പം അകത്തു കടക്കാൻ ശ്രമിക്കുമ്പോഴൊക്കെ അദൃശ്യമായ ഒരു കരം ശക്തമായി അവളെ പിറകോട്ടു പിടിച്ചു തള്ളി.

എൺപത്തിരണ്ടു രാപകലുകൾ കടന്നുപോയ ആ ദിവസം മുഴക്കമുള്ള ഒരു ശബ്ദം ഇട്ടിച്ചിരിയുടെ ആത്മാവു കേട്ടു:

“ഗതികിട്ടാത്തവളേ, നീ ഭൂമിയിലേക്കു മടങ്ങിപ്പൊയ്ക്കൊൾക. നിനക്കുവേണ്ടി ഒരാളും പിണ്ഡമുരുട്ടിവെക്കുകയോ തർപ്പണം ചെയ്യുകയോ ഉണ്ടായിട്ടില്ല. ദുരാത്മാവായി, പിറന്ന നാട്ടിൽ അലഞ്ഞുനടക്കാനാണ് നിന്റെ വിധി. നിനക്ക് തിരിച്ചു വരാനാകും; നിനക്കായി നിന്റെ രക്തബന്ധത്തിലുള്ള ആരെങ്കിലും ഒരുരുളച്ചോറുരുട്ടി വെച്ച്, നീർവീഴ്ത്തി, നിന്നെ കൈകൊട്ടി വിളിച്ച് ഊട്ടാനൊരുങ്ങുന്ന ദിവസം. അതുമല്ലെങ്കിൽ, നിന്റെ ഈ അവസ്ഥയ്ക്കു കാരണക്കാരനായവനെ നീ ഇങ്ങോട്ടയയ്ക്കുന്ന ദിവസം. ആ ദിവസംവരെ, നിനക്കിഷ്ടമുള്ള രൂപം ധരിച്ച്, മനുഷ്യമൃഗാദികളെ പ്രലോഭിപ്പിച്ചും പേടിപ്പിച്ചും, അസ്തമയം മുതൽ ഉദയംവരെ നീ വിലസിക്കൊൾക. ദുരാത്മാവേ മടങ്ങിപ്പൊയ്ക്കൊൾക.”

ഒന്ന്

മൂന്നു മാസം കഴിഞ്ഞൊരു ദിവസം രാവിലെ മെയിൽവണ്ടിക്ക് മദിരാശിയിൽനിന്ന് മടങ്ങി ശേഖരൻകുട്ടി ഒലവക്കോട്ടെത്തി. ലോഡ്ജിൽചെന്നു കുളിച്ച്, ലോഡ്ജിന്റെ മുമ്പിലുള്ള അയ്യരുടെ കടയിൽനിന്ന് ഇഡ്ഡലിയും സാമ്പാറും കഴിച്ച്, അവൻ ഗോവിന്ദാപുരത്തേക്ക് പുറപ്പെട്ടിറങ്ങി.

ഈ മുന്നു മാസത്തിനിടയ്ക്ക് മൂന്നോ നാലോ തവണയേ ഹേമയെ ഫോണിൽ കിട്ടിയുള്ളൂ. മദിരാശിയിലെത്തിയ ദിവസം ഹേമയെ വിളിച്ചു. അവൾ ഏറെനേരം വർത്തമാനം പറഞ്ഞു. അവളുടെ സംസാരത്തിൽ സ്നേഹത്തിന്റെ മധുരവും വിരഹത്തിന്റെ തീവ്രതയുമുണ്ടായിരുന്നു. പിന്നീട് ദിവസങ്ങളോളം ശ്രമിച്ചെങ്കിലും അവളെ ഫോണിൽ കിട്ടിയില്ല. ചിലപ്പോൾ ഫോൺ കേടായിരിക്കാം. ട്രങ്കു ബുക്കുചെയ്ത് മണിക്കൂറുകളോളം കാത്തിരുന്നിട്ടും ഫലം കണ്ടില്ല.

പ്രതീക്ഷിക്കാതൊരു ദിവസം ഹേമയുടെ ഫോൺ പ്രതികരിച്ചു. സംസാരം തുടരാൻ എന്തുകൊണ്ടോ അവൾ ഉത്സാഹം കാണിച്ചില്ല. എന്നാൽ വെയ്ക്കട്ടെ, അമ്മ വിളിക്കുന്നു എന്നു പറഞ്ഞ് മറുപടിക്കു കാക്കാതെ ഹേമ ഫോൺ വെച്ചു.

ഫോണിന്റെ റിസീവർ കയ്യിൽവെച്ച് ശേഖരൻകുട്ടി മുഖത്തടി കൊണ്ടപോലെ നിന്നു. ബൂത്തിൽനിന്നിറങ്ങിപ്പോരുമ്പോൾ അവൻ അതിശയപ്പെട്ടു. ഇവൾക്കെന്തുപറ്റി? വാ തോരാതെ വർത്തമാനം പറയുന്നവളാണല്ലോ. അതിൽപിന്നീടൊരിക്കലും ഹേമയെ ഫോണിൽ കിട്ടിയില്ല. ഒന്നുരണ്ടു തവണ റിങ്ങുപോകുന്നുണ്ടെന്നു തോന്നി. മറുതലയ്ക്കൽ ആരോ ഫോണെടുക്കുന്നുണ്ടല്ലോ. ഹലോ എന്നു പറയുമ്പോഴേക്കും കട്ടായി.

ആദ്യത്തെ ഒന്നുരണ്ടാഴ്ച ഒന്നരാടം ഓരോ കത്തെഴുതി പോസ്റ്റുചെയ്തു. രണ്ടു കത്തിന് നീണ്ട മറുപടി വന്നു. ആ കത്തു

കൾ നിധിപോലെ ശേഖരൻകുട്ടി സൂക്ഷിച്ചു. പ്രാണപ്രിയനെ പിരിഞ്ഞിരിക്കുന്ന വേദന എത്ര മനോഹരമായാണ് അവൾ വടിവൊത്ത അക്ഷരങ്ങളിൽ വരച്ചുവെച്ചത്!

ആ മട്ടിലുള്ള എഴുത്തുകൾ അതോടെ നിന്നു. പിന്നീടൊരു രണ്ടാഴ്ച, വല്ലപ്പോഴും,

"ഇവിടെ സുഖം, അവിടേയും സുഖമെന്നു വിശ്വസിക്കുന്നു" എന്നൊരൊഴുക്കൻ മട്ടിലായിരുന്നു അവൾ പ്രാണനാഥനെഴുതിയത്.

മദിരാശിയിൽനിന്ന് ഗോവിന്ദാപുരത്തേക്ക് പിന്നീടും കത്തുകൾ മുറയ്ക്കു പോയിക്കൊണ്ടിരുന്നെങ്കിലും ഒന്നിനും മറുപടി വരികയുണ്ടായില്ല. പ്രതീക്ഷയോടെ എന്നും ശേഖരൻകുട്ടി പോസ്റ്റോഫീസിൽ ഹാജരായി. പോസ്റ്റുമാൻ മലയാളത്തുകാരൻ. വടകരക്കാരൻ ഒരു കുറുപ്പ്. ശേഖരൻകുട്ടിയുടെ മുഖം ജനാലയ്ക്കൽ പ്രത്യക്ഷപ്പെടുമ്പോൾ അയാൾ മേശപ്പുറത്ത് അടുക്കിനിരത്തിവെച്ച കത്തുകളിൽ പരതി.

"ഇല്ലല്ലോ കുട്ടീ." അയാൾ കൈമലർത്തി. കുറുപ്പിന്റെ സ്ഥിരം പല്ലവി കേട്ട് അവൻ എന്നും പോസ്റ്റോഫീസിന്റെ വാതിൽപ്പടി കടന്ന് കത്തുന്ന വെയിലത്തേക്കിറങ്ങി. ചുട്ടുപൊള്ളുന്ന പെരുവഴികളിലൂടെ ഒരു ലക്ഷ്യവുമില്ലാതെ അലഞ്ഞുനടന്നു. വൈകീട്ട് കൂടണഞ്ഞു; നിദ്രാവിഹീനനായി കട്ടിലിൽ മലർന്നു കിടക്കാൻ മാത്രം.

ഇൻസ്റ്റിറ്റ്യൂട്ട് ഓഫ് ഫോറിൻ ലാംഗ്വേജസ് എന്നൊരു സ്ഥാപനം മദിരാശിയിലുണ്ടെന്നറിയാം. ഇൻസ്റ്റിറ്റ്യൂട്ടിന്റെ മേൽവിലാസം പെട്ടിക്കടിയിൽ കിടപ്പുണ്ടായിരുന്നു. ചെന്ന ദിവസംതന്നെ കുട്ടിനാരായണനേയും കൂട്ടി ബ്രോഡ്‌വേയിൽപോയി സ്ഥാപനം കണ്ടുപിടിച്ചു.

എത്ര മാസത്തെ കോഴ്സാണ്, ഫീസെത്ര തുടങ്ങിയ കാര്യങ്ങൾ ചോദിച്ചു മനസ്സിലാക്കി. ചേരണം എന്നുതന്നെ മനസ്സിലുറപ്പിച്ചു കഴിയുമ്പോഴാണ് ഹേമയുടെ ഫോൺ ശബ്ദിക്കാതായത്. കത്തിൽ മധുരം കുറഞ്ഞുവന്നത്. കത്തുകളുടെ വരവു നിലച്ചത്. ഒന്നിനും ഒരുത്സാഹവും തോന്നിയില്ല.

പ്രാണൻ വേർപിരിയുന്ന ആ നിമിഷങ്ങളിൽ ഇട്ടിച്ചിരി ശപിച്ചിട്ടുണ്ടാകുമോ? അപ്പേട്ടൻ നാളെ അവളുടെ കഴുത്തിൽ താലികെട്ടും എന്നു സന്തോഷിച്ച് ആകാംക്ഷയോടെ ദിവസങ്ങൾ തള്ളിനീക്കുകയായിരുന്നു ആ അടിച്ചുതളിക്കാരിയുടെ മകൾ. പെണ്ണിന്റെ ശാപം ഫലിക്കുമോ! ഇല്ലെന്നുതന്നെ ശേഖരൻകുട്ടി ആശ്വസിച്ചു.

ആലോചിച്ചാലോചിച്ച് ശേഖരൻകുട്ടി ദിവസങ്ങൾ തള്ളിനീക്കി.

"നീ പഴയ ശേഖരൻകുട്ടി അല്ലല്ലോ."

കുട്ടിനാരായണൻ കുത്തിക്കുത്തിച്ചോദിച്ചിട്ടും അവൻ മൗനിയാ

യിരുന്നു. താടിമീശ വളർന്നുവരുന്നത് കാര്യമാക്കിയില്ല. കുളിച്ച്, ഷേവുചെയ്ത്, മുടിചീകി, ഇസ്തിരിയിട്ട ഷർട്ടും പാന്റും ധരിച്ചേ ഇവൻ നടക്കുമാറുള്ളൂ എന്നു കൂട്ടുകാരൻ അത്ഭുതപ്പെട്ടു.

നാട്ടിലേക്കു വണ്ടികയറുന്നതിന്റെ തലേദിവസം ശേഖരൻകുട്ടി കൂട്ടുകാരനോടു പറഞ്ഞു: "നാളെ ഞാൻ നാട്ടിൽ പോകുന്നു."

"എപ്പൊ വരും?"

"അറിയില്ല."

ഇംഗ്ലീഷ് കോച്ചിങ്ങിനുവേണ്ടി മദിരാശിയിലേക്കു വരുന്നു എന്നാണ് കുട്ടിനാരായണനോടു വിളിച്ചുപറഞ്ഞത്. സിവിൽ സർവീസാണവന്റെ സ്വപ്നം. അവന്റെ സ്വപ്നം സഫലമാവുകതന്നെ ചെയ്യും. ബുദ്ധിരാക്ഷസനാണ് ശേഖരൻകുട്ടി. കോഴ്സിനു ചേരേണ്ട കാര്യം ഇപ്പോഴവൻ സംസാരിക്കുന്നേ ഇല്ല. എത്ര ചോദിച്ചാലും അവൻ വാ തുറക്കുന്നില്ല. ശേഖരൻകുട്ടിക്ക് പണത്തിനു ബുദ്ധിമുട്ടുണ്ടെന്ന് ഒരിക്കലും തോന്നിയിട്ടില്ല. പെട്ടിക്കടിയിൽ പച്ചനോട്ടിന്റെ കെട്ടുകളുണ്ട്. അച്ഛന്റെ ഒരേയൊരു സന്താനം. ധാരാളം ഭൂസ്വത്ത്. എന്താണവന്റെ പ്രശ്നം? ഏതു ചിന്തയാണവനെ അലട്ടുന്നത്? മനോനില തെറ്റിയപോലെയാണവന്റെ പെരുമാറ്റം. ഒരു സൈക്ക്യാട്രിസ്റ്റിനെ കാണിച്ചാലോ! പ്രഗത്ഭന്മാരായ മനോരോഗചികിത്സകരുണ്ട് മദിരാശി നഗരത്തിൽ. എങ്ങനെ അവനോടിതവതരിപ്പിക്കും? ഏതായാലും അവൻ നാട്ടിൽ പോയിവരട്ടെ. ഏതു ഡോക്ടറെ കാണിക്കണമെന്ന് അന്വേഷിച്ചറിഞ്ഞു വെക്കാം.

രണ്ട്

ഗോവിന്ദാപുരത്തു ബസ്സിറങ്ങിയപ്പോൾ മണി പന്ത്രണ്ട്. തലയ്ക്കു മുകളിൽ കത്തിയെരിയുന്ന സൂര്യൻ. സെന്ററിൽനിന്ന് കിഴക്കോട്ട് നാലു ഫർലോങ്ങ് നടക്കണം ഹേമയുടെ ബംഗ്ലാവിലേക്ക്.

അടഞ്ഞുകിടക്കുന്ന ഗെയ്റ്റിനു മുമ്പിൽ ശേഖരൻകുട്ടി നിന്നു. ഹേമയുടെ അച്ഛന്റെ പ്ലിമത്ത് കാർ കാണുന്നില്ല. അദ്ദേഹം കളക്ടറേറ്റിലായിരിക്കും. പോർട്ടിക്കോവിൽ ഷെവർലെ കിടപ്പുണ്ടാവും ചെല്ലുമ്പോഴൊക്കെ. കുടുംബയാത്രകൾക്ക് ആ കാറേ ഉപയോഗിക്കാറുള്ളൂ എന്ന് ഹേമ പറഞ്ഞിട്ടുണ്ട്. ഇന്ന് പോർട്ടിക്കോ ശൂന്യം. ഹേമയും അമ്മയും സ്ഥലത്തില്ലെന്നു തോന്നുന്നു. ചിലപ്പോൾ ചിറ്റൂർക്കോ മറ്റോ പോയതാവാം. ഗെയ്റ്റു പൂട്ടിയിട്ടില്ലാത്തതുകൊണ്ട് ബംഗ്ലാവിൽ പണിക്കാരാരെങ്കിലും കാണും.

ഗെയ്റ്റു തുറന്ന് അകത്തേക്കു നടന്നു. നടപ്പാതയ്ക്കരികുപിടിപ്പിച്ച പൂച്ചെടികൾ ശേഖരൻകുട്ടിയെക്കണ്ട് പരിചയഭാവത്തിൽ ചിരിച്ചു. വരാന്തയിൽ കയറി ഡോർബെല്ലമർത്തി. അകത്ത് മണി മുഴങ്ങുന്ന ഒച്ച. അവൻ കാത്തുനിന്നു.

മുഖവാതിൽ തുറക്കുന്നു. ജാനകിഅമ്മ മുന്നിൽ.

“ആരാപ്പദ്, വര്ാ. ഇരിക്ക്യാ.”

ശേഖരൻകുട്ടി സ്വീകരണമുറിയിലേക്കു കാലെടുത്തുവെക്കവേ ജാനകി അമ്മ ചോദിച്ചു:

“എന്തേ കല്യാണത്തിനു കണ്ടില്ല?”

“ആരുടെ കല്യാണം?”

“ഹേമക്കുട്ടീടെ. കല്യാണക്കുറി അയച്ചൂന്നാണല്ലോ കുട്ടി പറഞ്ഞത്?”

“എവിടെ ഹേമ?”

“കുട്ടി ഭർത്താവിന്റെ കൂടെ ബോംബെയ്ക്ക് പോയില്ലേ. അവിടെ വല്യേ ഉദ്യോഗാത്രെ അയാൾക്ക്.”

“അമ്മ?”

“തറവാട്ടിൽ പോയിരിക്ക്യാ. നാളെക്കഴിഞ്ഞേ വരൂ.”

പിന്നീടെന്തെങ്കിലും ചോദിക്കാനോ പറയാനോ നിൽക്കാതെ ശേഖരൻകുട്ടി ഒതുക്കുകളിറങ്ങി.

“ചായ കുടിച്ചിട്ട്...”

തലയ്ക്കു മുകളിൽ കറുത്ത സൂര്യൻ. എങ്ങോട്ടു പോകണമെന്ന് ഒരു രൂപവുമുണ്ടായില്ല. പരിചയംകൊണ്ടായിരിക്കാം, കാലുകൾ ബസ്സ്റ്റാന്റിലെത്തിച്ചു. പാലക്കാട് ബോർഡുവെച്ച ബസ്സ് പുറപ്പെടാൻ മുരണ്ടുകൊണ്ടു നിൽക്കുന്നു. ശേഖരൻകുട്ടി ബസ്സിൽ കേറിയിരുന്നു. ബസ്സു നീങ്ങിത്തുടങ്ങുന്നു.

“എവടയ്ക്കണ് ഏട്ടേ?” കണ്ടക്ടർ.

ശേഖരൻകുട്ടി അയാളെ തുറിച്ചുനോക്കി. പോക്കറ്റിൽനിന്ന് കുറേ നോട്ടുകളെടുത്ത് കണ്ടക്ടറുടെ നീട്ടിയ കയ്യിൽ വെച്ചു. അയാൾ അന്തംവിട്ടു നിൽക്കുന്നു.

“പാലക്കാട്ടയ്ക്കാ?”

“അതെ.”

കൃത്യം പൈസ എണ്ണിയെടുത്ത് ബാക്കി പണം കണ്ടക്ടർ ശേഖരൻകുട്ടിക്കു നീട്ടി.

മൂന്ന്

സ്വപ്നാടനക്കാരനെപ്പോലെ ശേഖരൻകുട്ടി ലോഡ്ജിൽ തിരിച്ചെത്തി. രാമേട്ടൻ പുറത്തുപോയിരിക്കുന്നു. ശെൽവനുണ്ട് ലോഡ്ജിൽ.

"ശെൽവാ..."

"എന്താ ശേഖരേട്ടാ?"

"ഒരു കുപ്പി വാങ്ങി വാ."

"ഈ നേരത്തോ?"

"വേണം, രാമേട്ടനറിയണ്ട."

"റമ്മാണോ ബ്രാണ്ടിയാണോ?"

"ഏതെങ്കിലും."

"കൊറിക്കാനെന്താ വേണ്ട്. നിലക്കടല വറുത്തതായാലോ?"

"നിന്റെ ഇഷ്ടം."

ശേഖരൻകുട്ടി മുറി തുറന്ന് അട്ടം നോക്കി മലർന്നു കിടന്നു. ഹേമ പോയി. അവൾ കല്യാണം കഴിഞ്ഞ് നായരുടെ കൂടെ ബോംബെയിലെത്തിയിരിക്കുന്നു. പഴയ വസ്ത്രം മാറുന്നതുപോലെ എത്ര എളുപ്പത്തിലാണ് അവൾ കാമുകനെ മറന്നത്. എത്ര നിസ്സാരമായി അവൾക്ക് എന്നോടുള്ള പ്രണയം മായ്ച്ചുകളയാൻ കഴിഞ്ഞു. വഞ്ചകി!

ഇപ്പോൾ ഓർമ്മയിൽ വരുന്നത് ഇട്ടിച്ചിരിയുടെ പേടിച്ചരണ്ട മുഖം. പുറത്തേക്കു തള്ളിവരുന്ന കണ്ണുകൾ. പിടയുന്ന ഉടൽ. കണ്ണുകൾ ഇറുക്കിയടച്ച് ഓർമ്മകളെ കുടഞ്ഞുകളയാൻ ശ്രമിച്ചു.

ശെൽവൻ വന്നു. മടിക്കുത്തിൽ തിരുകിവെച്ചിരുന്ന ബ്രാണ്ടിക്കുപ്പിയും കടലപ്പൊതിയും മേശപ്പുറത്തു വെച്ചു. പുറത്തുകടന്ന് വാതിൽ അമ്പിച്ചടച്ചു. അഥവാ രാമേട്ടൻ കേറിവരികയാണെങ്കിൽ

മുറിയിലെ കാഴ്ച കാണണ്ട. പഴി കേൾക്കുന്നത് ഈ ശെൽവനായിരിക്കും. രണ്ടെണ്ണം പൊട്ടിക്കാനും രാമേട്ടൻ മടിക്കില്ല.

മുറിയുടെ മൂലയ്ക്ക് മൺകൂജയിൽ വെള്ളം നിറച്ചുവെച്ചിട്ടുണ്ട്. ശേഖരൻകുട്ടി കൂജയ്ക്കു മുകളിൽ കമഴ്ത്തിവെച്ച ചില്ലുഗ്ലാസെടുത്തു. ഗ്ലാസിന്റെ മുക്കാൽഭാഗം ബ്രാണ്ടിയൊഴിച്ചു. ബാക്കി വെള്ളം. മടമടാ കുടിച്ചു. വറുത്ത കടല വാരി വായിലിട്ടു.

കുപ്പി വീണ്ടും ഗ്ലാസിലേക്കു കമഴ്ത്തി. എത്രവട്ടം! ഇപ്പോൾ കുപ്പി കാലിയാണ്. കാലിക്കുപ്പി കട്ടിലിന്റെ അടിയിലേക്കെറിഞ്ഞ് ശേഖരൻകുട്ടി കിടക്കയിലേക്കു മറിഞ്ഞു.

സന്ധ്യയ്ക്ക് ശെൽവൻ വന്ന് വാതിലിൽ മുട്ടി. ആളനക്കം കേൾക്കുന്നില്ലല്ലോ. ഏട്ട പുറത്തുപോയിട്ടില്ലെന്നുറപ്പാണ്. പിന്നെന്തു പറ്റി! വാതിൽ തള്ളിത്തുറന്നു. കട്ടിലിൽ ഏട്ട മലർന്നു കിടക്കുന്നു. ചത്തശവംപോലെ. മുറി മുഴുവൻ തപ്പി. കുപ്പിയെവിടെ? കട്ടിലിനടിയിൽ കാലിയായ കുപ്പി കണ്ട് ശെൽവൻ പേടിച്ചു. സന്ധ്യയ്ക്ക് രാമേട്ടൻ വരും. ഏട്ടയെ അന്വേഷിച്ച് മുകളിൽ കേറിവരും. വാതിലു തുറന്നു നോക്കുമ്പോൾ...

എനിക്കറിയില്ല. ഞാനൊന്നും അറിഞ്ഞതല്ല. ഏട്ട മദിരാശിയിൽ നിന്ന് കൊണ്ടുവന്നതായിരിക്കും സാധനം എന്നു പറഞ്ഞ് തടിയൂരാം. രാമേട്ടൻ വിശ്വസിക്കണമെന്നില്ല.

ശെൽവൻ ശേഖരൻകുട്ടിയെ തട്ടിവിളിച്ചു.

“ഏട്ടേ ചോറ്...”

ശേഖരൻകുട്ടി ഒന്നു ഞെരങ്ങി. എന്നിട്ട് തിരിഞ്ഞു കിടന്നു. ശെൽവൻ പാടത്തിനക്കരെനിന്നാണ് വിളിക്കുന്നത്. വേണ്ടെന്ന അർത്ഥത്തിൽ അവൻ കൈ ചലിപ്പിച്ചു.

സന്ധ്യ മയങ്ങിയിരുന്നു രാമേട്ടനെത്തിയപ്പോൾ. ഏട്ട മുകളിലുണ്ടെന്ന് ശെൽവൻ പറഞ്ഞു. രാമേട്ടൻ കോണി കയറിച്ചെന്നു. വാതിലിൽ മുട്ടി. പലവട്ടം. എന്തേ ശേഖരൻകുട്ടി ഉണരാത്തത്? പകലുറക്കം പതിവില്ലാത്തതാണല്ലോ. മുറിയിലുണ്ടെങ്കിൽ എന്തെങ്കിലും വായിച്ചുകൊണ്ടിരിക്കും. അതാണ് കുട്ടിയുടെ ശീലം.

ശക്തിയായൊന്നു തള്ളിയപ്പോൾ വാതിൽ തുറന്നു. മദ്യത്തിന്റെ മൂക്കു തുളയ്ക്കുന്ന ഗന്ധം. ശേഖരൻകുട്ടി കട്ടിലിൽ മലർന്നു കിടക്കുന്നു. ബോധംകെട്ടുറങ്ങുകയാണ്. ഇത് പഴയ ശേഖരൻകുട്ടിയല്ല, അവന്റെ പ്രേതമാണ്. താടിയും മുടിയും വളർന്ന്, പ്രാകൃതനെപ്പോലെ. മൂന്നുമാസം മുമ്പാണ് കുട്ടി മദിരാശിയിലേക്കു വണ്ടി കേറിയത്. മൂന്നുമാസംകൊണ്ട് ഇങ്ങനെയും ഒരാൾ മാറിപ്പോകുമോ?

കാശിന്റെ കുറവാകാൻ തരമില്ല. സമ്പത്തുള്ള തറവാട്. ഏകമകൻ. മനസ്സിന്റെ താളം തെറ്റിയതായിരിക്കും. മുറി കൊടുത്തത് പൊല്ലാപ്പാകുമോ ദൈവമേ!

"ശേഖരൻകുട്ടീ..." രാമേട്ടൻ വിളിച്ചു.

അവൻ കണ്ണുതുറന്ന് രാമേട്ടനെ തുറിച്ചുനോക്കി.

"എണീക്ക്. എണീറ്റ് കുളിക്ക്. അത്താഴപ്പഷ്ണി കെടക്കാതെ. ശെൽവനെ വിട്ട് ആഹാരം വാങ്ങിപ്പിക്കാം."

ശേഖരൻകുട്ടി വീണ്ടും കണ്ണുകളടച്ചു. രാമേട്ടൻ മുറിയുടെ വാതിൽ ചാരിവെച്ച് താഴേക്കുപോന്നു. ഒരു ഗ്ലാസ് പുളിയുള്ള മോരു വാങ്ങിവരാൻ ശെൽവനെ പറഞ്ഞയച്ചു. കള്ളിന്റെ കെട്ടു വിടണമെങ്കിൽ പുളിച്ച മോരാണ് നല്ലത്. എന്നിട്ടാവാം ആഹാരം കൊടുക്കുന്നത്.

പുളിച്ച മോരു വന്നു. രാമേട്ടനും ശെൽവനും ശേഖരൻകുട്ടിയെ കിടക്കയിൽ താങ്ങിപ്പിടിച്ചിരുത്തി. നിർബന്ധിച്ച് മോരു മുഴുവൻ കുടിപ്പിച്ചു. അവൻ വീണ്ടും കിടക്കയിലേക്കു ചെരിഞ്ഞു.

കിടക്കട്ടെ. കുറേ കഴിയുമ്പോൾ കെട്ടു വിടും.

രാത്രി ഏറെച്ചെന്നാണ് ശേഖരൻകുട്ടി ഉണർന്നത്. എഴുന്നേറ്റു നിൽക്കാൻ ശ്രമിച്ചു. ദേഹം കുഴഞ്ഞുപോകുന്നപോലെ. തലയ്ക്ക് വല്ലാത്ത പെരുപ്പ്. ശെൽവൻ സഹായിച്ചു.

പെട്ടിയിൽനിന്ന് തോർത്തു തപ്പിയെടുത്ത്, ഏട്ടയെ കൈപിടിച്ച് കുളിമുറിയിലേക്കു നടത്തിച്ചു. പൈപ്പിന്റെ ചോട്ടിൽ പിടിച്ചിരുത്തി. ടാപ്പു തുറന്നുവെച്ചു. കുറച്ചധികം നേരം തലയിൽ വെള്ളം വീണപ്പോൾ ശേഖരൻകുട്ടിക്ക് സുഖം തോന്നി. കുളിമുറി അപ്പാടെ തിരിയുകയായിരുന്നു പൈപ്പിന്റെ ചോട്ടിൽ കുത്തിയിരുന്നപ്പോൾ.

തലയുടെ പെരുപ്പ് കുറഞ്ഞു. എണീറ്റു നിൽക്കാമെന്നായി. തലയും മേലും തുവർത്തി. മുറിയിൽവന്ന് പുതിയ മുണ്ടെടുത്തുടുത്തു. ഷർട്ടു ധരിച്ച് മുടിയും ചീകിയപ്പോൾ എല്ലാം പഴയപടിയായി.

ശെൽവൻ കട്ടിളചാരി നിൽപ്പുണ്ട്.

ശേഖരൻകുട്ടി പേഴ്സു തുറന്ന് കുറച്ചു നോട്ടുകളെടുത്ത് ശെൽവനു നീട്ടി.

"ഒരു പൈന്റു വാങ്ങി വാ."

"ഏട്ടേ, വേണ്ട. ഇന്നിനി ഏട്ട കുടിക്കണ്ട. ഞാങ്കൊണ്ടുവരില്ല."

കുടിച്ച് വീണ്ടും ബോധംകെട്ടുറങ്ങാനുള്ള മോഹം തൽക്കാലം ഉപേക്ഷിക്കേണ്ടിവന്നു.

അത്താഴത്തിന് തൈർസാദം, ആവയ്ക്കാ അച്ചാർ. കാലത്ത് പ്രാതലിന് ഇഡ്ഡലിയും സാമ്പാറും പൊട്ടുകടലയരച്ച ചട്ണിയും.

പ്രാതലുകഴിച്ചുവന്ന് കിടക്കയിൽ മലർന്നു കിടന്നു.

മദിരാശിയിലേക്കു തിരിച്ചുപോയാലൊ. എന്തിന്? ഇംഗ്ലീഷിൽ അഡ്വാൻസ്ഡ് കോഴ്സ് - എന്തിന്? സിവിൽസർവീസിന് കോച്ചിങ്ങ് കൊടുക്കുന്ന സെന്ററുകളുണ്ടാവും മദിരാശിയിൽ. ആർക്കുവേണ്ടി?

വീട്ടിലേക്കു മടങ്ങിപ്പോകാം. പൊലീസന്വേഷണത്തിന്റെ ചൂടാറിയിട്ടുണ്ടാവും. ഞാനെന്തിന് നാട്ടിൽനിന്നു മാറിനിൽക്കണം. കുളിർക്കനെ എണ്ണ തേച്ചുകുളിച്ച്, കുളത്തിൽ മുങ്ങിക്കുളിച്ച്, അമ്മ വിളമ്പിത്തരുന്ന നല്ലരിയുടെ ചൂടുള്ള ചോറ് കുമ്പളങ്ങ മൊളകൂഷ്യവും ഉറത്തൈരും കൂട്ടിക്കുഴച്ച്, കടുമാങ്ങയുംകൂട്ടി വയറുനിറച്ചുണ്ണണം. വൈകുന്നേരങ്ങളിൽ ആൽത്തറയ്ക്കൽ കൂട്ടുകാരുമായി വെടിപറയൽ.

പിന്നെ, നേരവും കാലവും ഒത്തുവരുമ്പോൾ, തണ്ടാൻവേലായുധന്റെ കുടിയിൽചെല്ലണം. കത്തുന്ന സാധനം നാലുവിരൽ അകത്താക്കണം.

നാല്

ചക്രവാളത്തിന്റെ തെക്കേ ചെരുവിൽനിന്ന് പറന്നുവരികയായിരുന്ന ഒരു ചക്കിപ്പരുന്ത് രാവേറെച്ചെന്ന നേരത്ത് കൊക്കരിണിപ്പറമ്പിനു മുകളിൽ കുറേനേരം വട്ടംചുറ്റി. കൊക്കരിണിയുടെ വക്കത്തു നിൽക്കുന്ന ഒരു കാട്ടുമരത്തിന്റെ കൊമ്പിൽ ചിറകൊതുക്കിയിരുന്ന് തളർച്ച തീർത്തു.

ചക്കിപ്പരുന്ത് കൊക്കരിണിയിലെ വെള്ളത്തിലേക്ക് താണും ചെരിഞ്ഞും നോക്കി. മീനുകളേതെങ്കിലും വെള്ളത്തിനു മുകളിലേക്ക് പൊങ്ങിവരുമെന്നായിരിക്കണം ചക്കിപ്പരുന്ത് പ്രതീക്ഷിക്കുന്നത്. അങ്ങനെ കാഴ്ചക്കാർക്കു തോന്നാമെങ്കിലും, ചക്കിപ്പരുന്ത് പറന്നുവരുന്നതും കാട്ടുമരക്കൊമ്പത്ത് ചിറകൊതുക്കിയിരിക്കുന്നതും കൊക്കരിണിയുടെ ആഴത്തിലേക്ക് പാളി നോക്കുന്നതും ആരും കാണാനിടവന്നില്ല.

കൊക്കരിണിപ്പറമ്പ് വിജനമായിരുന്നു. ഈ അസമയത്ത് ആരെങ്കിലും കൊക്കരിണിപ്പറമ്പിന്റെ നാലയലത്തുപോലും കടന്നുവരുമെന്നു കരുതുകയേ വേണ്ട. കണ്ടനോ കുപ്പാണ്ടിയോപോലും ഈയിടെയായി രാത്രിനേരം കൊക്കരിണിപ്പറമ്പിലേക്കു കയറാറില്ല. ആ വഴി നടന്നുപോകുമ്പോഴൊക്കെ പറമ്പിലവിടവിടെ നിൽക്കുന്ന കൊന്നത്തെങ്ങുകൾ കണ്ടനേയും കുപ്പാണ്ടിയേയും മാടിവിളിച്ചു. അവരതു കണ്ടില്ലെന്നു നടിച്ചു. ഇട്ടിച്ചിരിയുടെ വീർത്തു വികൃതമായ ശരീരം മുളയന്മാരുടെ കണ്ണുകളിലിപ്പോഴും വെറുങ്ങലിച്ചുകിടന്നു.

ചക്കിപ്പരുന്ത് മണ്ണിലേക്കു പറന്നിറങ്ങി. കറുത്ത നിറമുള്ള, നരയൻ കണ്ണുകളുള്ള പട്ടിയുടെ ആകൃതിപൂണ്ടു. പട്ടി കൊക്കരിണിപ്പറമ്പിൽനിന്ന് പാടത്തേക്കു ചാടി, കണ്ടങ്ങൾ മുറിച്ചുകടന്ന്, പാടത്തിനക്കരെ കാണുന്ന ഇടവഴിയിലേക്കു കേറി. ഇടവഴിയിലൂടെ ഓടി, തരവത്തു വീടിന്റെ കടമ്പായ ചാടിക്കടന്നു. തെക്കേവളപ്പിൽ മണ്ണിളകിക്കിടക്കുന്ന ഇട്ടിച്ചിരിയുടെ ചിതക്കുഴിയുടെ ചുറ്റും മണപ്പിച്ചു നടന്നു. കുഴിയുടെ നടുക്ക് തൂമ്പെടുത്തു നിൽക്കുന്ന വാഴത്തയ്യിന്മേൽ ഉടലുരസി.

തെക്കേവെളപ്പിൽ ചുറ്റിക്കറങ്ങി മുറ്റത്തിറങ്ങിയ പട്ടി കോലായിലോളം ചെന്നു. വീടിനെ വലംവെച്ചു. തെക്കേ അറയുടെ ജനാലപ്പാളി തുറന്നുകിടന്നിരുന്നു. കാർത്ത്യായിനിയമ്മ നല്ല ഉറക്കമായിരുന്നു. കറുത്ത നിറമുള്ള ഒരു പട്ടി ജനൽപ്പടിമേൽ മുൻകാലുകൾ വെച്ച് തന്നെത്തന്നെ നോക്കി നിൽക്കുന്നത് കാർത്ത്യായിനിയമ്മ അറിഞ്ഞില്ല.

പട്ടി കടമ്പായ ചാടിക്കടന്ന് വീണ്ടും ഇടവഴിയിലെത്തി. തിരിച്ച് പാടത്തേക്കിറങ്ങിയപ്പോൾ പട്ടിക്ക് രൂപമാറ്റം വന്നു. ഇപ്പോൾ പട്ടി, കാണുന്നവർക്ക് പാവാടയും ബ്ലൗസുമിട്ട സുന്ദരിയായ പെൺകിടാവാണ്. പാടവരമ്പുകളിലൂടെ അവൾ സ്വാതന്ത്ര്യത്തോടെ തെക്കോട്ടു നടന്നു. നടന്നുനടന്ന് തെക്കേപാടത്തെത്തി. പാടത്തിന്റെ കിഴക്കേയരിക് കൈത്തോട്. തോട്ടിന്റെ കരയ്ക്ക് മണ്ണാത്തിപ്പാറ. ഒരു കൗതുകത്തിന് പെൺകിടാവ് മണ്ണാത്തിപ്പാറയിൽ കേറിയിരുന്നു.

ആ നേരത്താണ് കാലുകൾ നിലത്തുറയ്ക്കാതെ കുപ്പാണ്ടി ആടിയാടി ആ വഴി വന്നത്. കുപ്പാണ്ടി അടുത്തടുത്തു വന്നു. 'ഹാരാത്' എന്ന് നാക്കുകുഴഞ്ഞ് ചോദിച്ചപ്പോൾ ഇട്ടിച്ചിരിയുടെ ആത്മാവിന് ചിരിവന്നു. പാവം കുപ്പാണ്ടി. കുപ്പാണ്ടിയെ പേടിപ്പിക്കേണ്ട. അവൾ ഇരുന്ന ഇരുപ്പിൽ മാഞ്ഞ് ഒരു തണുത്ത കാറ്റായി കുപ്പാണ്ടിയെ തൊട്ടുതലോടിക്കൊണ്ട് കടന്നുപോയി.

ഇട്ടിച്ചിരിയുടെ ആത്മാവ് പാടംവഴി പടിഞ്ഞാട്ടു നീങ്ങി.

പടർന്നു പന്തലിച്ച് മണ്ണിലേക്ക് വേരുകളാഴ്ത്തി നിൽക്കുന്ന പേരാൽമരത്തെ അവൾക്കു നന്നേ ബോധിച്ചു. ആൽമരക്കൊമ്പുകളിൽ അവൾ ഊഞ്ഞാലാടി രസിച്ചു. പകൽനേരം ഈ ആൽമരത്തിന്റെ മുകളിൽ ചക്കിപ്പരുന്തായി ഒതുങ്ങിക്കൂടാം. രാത്രികളിൽ പെണ്ണായും പട്ടിയായും പൂച്ചയായും ഇഷ്ടമുള്ള രൂപംപൂണ്ട് ദേശവഴികളിൽ ചുറ്റിനടക്കാം.

അതിനടുത്ത ദിവസം പാതിരനേരത്ത് ചേലക്കോട്ടെ അടച്ചിട്ട പടിപ്പുര മുകളിലൂടെ ചക്കിപ്പരുന്ത് പറന്ന് മുകളിൽ തെക്കേഅറയുടെ ജനാലയ്ക്കൽ ചെന്നിറങ്ങി. ജനാല തുറന്നുകിടന്നിരുന്നു. അകത്തേക്കെത്തിച്ചു നോക്കി. കട്ടിലിൽ കിടയ്ക്ക മടക്കിവെച്ചിരിക്കുന്നു. അവൻ നാടുവിട്ടു കാണും. എന്നെങ്കിലുമൊരിക്കൽ അവൻ മടങ്ങിവരുമെന്നും അന്ന് അവനെ സൗകര്യംപോലെ നേർക്കുനേർ കാണാമെന്നും ഇട്ടിച്ചിരിയുടെ ആത്മാവ് നിരൂപിച്ചു. ചരൽപ്പറമ്പു താണ്ടി, ആൽത്തറയ്ക്കരികിലൂടെ വേണം അവന് തെക്കേപ്പാടത്തേക്കിറങ്ങാൻ. അവന് ഈ വഴി വന്നേ തീരൂ.

വർഷങ്ങളെത്രവേണമെങ്കിലും കാത്തിരിക്കാൻ ഇട്ടിച്ചിരിയുടെ ആത്മാവു തയ്യാറായിരുന്നു.

അഞ്ച്

ആറുമണി കഴിഞ്ഞാണ് ശേഖരൻകുട്ടി ലോഡ്ജുവിട്ടിറങ്ങിയത്. മുറിയൊഴിഞ്ഞ് കണക്കു തീർത്തു. രാമേട്ടനോടു യാത്രപറഞ്ഞു. അഞ്ചുറുപ്പികയുടെ ഒരു നോട്ട് ശെൽവന്റെ കീശയിലും വെച്ചു കൊടുത്തു. അവൻ ബസ്സ്റ്റാന്റിലോളം വന്നു.

ഒറ്റപ്പാലത്തു ബസ്സിറങ്ങുമ്പോൾ നേരം നന്നായി ഇരുട്ടിയിരിക്കുന്നു. പെട്ടിതുറന്ന് ടോർച്ച് പുറത്തെടുത്തു. നക്ഷത്രങ്ങളില്ലാത്ത കറുത്ത ആകാശം. ഇന്ന് അമാവാസിയായിരിക്കും. പ്രതീക്ഷകളില്ലാത്ത സ്വന്തം ജീവിതംപോലെ.

ടൗണുവിട്ട് വടക്കോട്ട് പാലാട്ടുറോഡുവഴി ചെന്ന് ഇടത്തോട്ടു തിരിഞ്ഞാൽ കൈപ്പഞ്ചേരി ഇടവഴിയായി. ഇടവഴിയിറങ്ങിച്ചെല്ലുന്നത് ചങ്ങലംപാടത്തേക്ക്. പാലാട്ടു റോഡിലാണ് വക്കീൽ കൃഷ്ണമേനോന്റെ വീട്. അച്ഛന്റെ അടുത്ത സുഹൃത്ത്. കൊക്കരിണിയിൽ ശവം പൊങ്ങിയ വിശേഷം വക്കീലറിഞ്ഞുകാണുമോ? അറിയാതിരിക്കില്ല. വക്കീലമ്മാരും പൊലീസുകാരും അടുത്ത ബന്ധുക്കളാണ്. “എന്റെ പറമ്പിലെ കൊക്കരിണിയിലാണ് ശവം പൊങ്ങിയതെന്ന്” അച്ഛൻതന്നെ വക്കീലിനെ കാണുമ്പോൾ യദൃച്ഛയാ പറഞ്ഞിട്ടുണ്ടാവും. ഒന്നുറപ്പാണ്. സ്റ്റേഷനിലെ റെക്കോർഡിൽ ശേഖരൻകുട്ടിയുടെ പേരില്ല. ഇട്ടിച്ചിരിയുടെ കൊലപാതകം ഒരു തെളിയാകേസായി കോടതിയിൽ കെട്ടിവെച്ചിരിക്കുന്നു.

കുട്ടിനാരായണന്റെ അയൽവാസി ഒരാൾ ഒറ്റപ്പാലം പൊലീസ് സ്റ്റേഷനിൽ റൈട്ടറാണ്. അയാൾ കുട്ടിനാരായണന്റെ വീട്ടിൽ പറഞ്ഞത്, കുട്ടിനാരായണൻ നാട്ടിൽ പോയപ്പോൾ അവന്റെ അമ്മ നാട്ടുവിശേഷങ്ങളുടെ കെട്ടഴിക്കുമ്പോൾ മകനോടു വിസ്തരിച്ചത് അവൻ ശേഖരൻകുട്ടിയോടു പറഞ്ഞു.

“പാവം പെങ്കുട്ടി; അതു ചെയ്തതാരായാലും ആ ദുഷ്ടൻ പുഴുത്തേ ചാവൂ എന്നാണത്രെ കേട്ടവരെല്ലാം പറയുന്നത്.”

നാട്ടുമ്പുറത്തുകാരുടെ മണ്ടൻവിശ്വാസങ്ങൾ. കൊച്ചുനാരായണന്റെ പറച്ചിലുകേട്ട് അന്ന് അകമേ ചിരിച്ചു.

ചങ്ങലംപാടത്തേക്കിറങ്ങി. കളിമണ്ണു കലർന്ന മണ്ണാണ് ചങ്ങലം പാടത്ത്. മഴക്കാലത്ത് വരമ്പുകളിൽ കാലുവഴുക്കിപ്പോകും. വിഷു കഴിഞ്ഞ് പൂട്ടി പൊടിയാക്കിയ കണ്ടങ്ങൾ. ഇടവപ്പാതി വരാൻ ഇനിയധികം നാളുകളില്ലെന്നു തോന്നുന്നു. പഠിക്കാൻ പാലക്കാട്ടു പോയതിൽപിന്നെ കൃഷിയോ കൃഷിപ്പണിയോ മനസ്സിലേക്കു കേറിയിട്ടേ ഇല്ല. നാടുവിടുന്നതിനു മുമ്പും കന്നുപൂട്ടും നടീലും കൊയ്ത്തും മെതിയുമെല്ലാം അച്ഛന്റെ മാത്രം ലോകത്തു നടക്കുന്ന കാര്യങ്ങളാണെന്ന ധാരണയായിരുന്നു. അങ്ങനെത്തന്നെയാണ് അച്ഛൻ ആഗ്രഹിച്ചതും. മകൻ പഠിച്ച് വലിയ ഉദ്യോഗസ്ഥനായിക്കാണണമെന്നായിരിക്കാം അച്ഛന്റെ ഉള്ളിലിരിപ്പ്.

കൃഷിപ്പണിയിൽ താൽപ്പര്യമില്ലെങ്കിലും നെല്ലും തേങ്ങയും വിറ്റുകിട്ടുന്ന പണത്തിനോട് സ്നേഹമുണ്ടായിരുന്നു. വല്ലപ്പോഴും നാട്ടിൽ വരുമ്പോൾ അച്ഛൻ പത്തായത്തിനുള്ളിൽ ഭദ്രമായി വെച്ച ചെറിയ മരപ്പെട്ടി തുറക്കുന്നു. നോട്ടിന്റെ കെട്ടുകൾ മകന്റെ പെട്ടിയിൽ വെച്ചുതരുന്നു.

രണ്ടുകട്ട ടോർച്ചിന്റെ ഇത്തിരിവെട്ടത്തിൽ ചങ്ങലംപാടം താണ്ടി, കണ്ണെത്താദൂരം പരന്നുകിടക്കുന്ന ചരൽപറമ്പിലേക്കു കേറി. ആരുടെയൊക്കെ വകയെന്നോ, അതിരുകളെവിടെയെന്നോ നിശ്ചയമില്ലാതെ, വേലിയും കോലുമില്ലാതെ മലർന്നു കിടക്കുന്ന മൊട്ടപ്പറമ്പിന്റെ പരന്ന നെഞ്ചിലൂടെ തലങ്ങും വിലങ്ങും നീളുന്ന ഒറ്റയടിപ്പാതകൾ. തൽക്കാലം വളച്ചുകെട്ടിയ ചില ഭാഗങ്ങളിൽ വിഷുപ്പിറ്റേന്ന് എള്ളും മോടനും വിതച്ചിരിക്കുന്നു.

കണ്ണിൽ കുത്തിയാൽ കാണാത്ത ഇരുട്ട്. ദേശം ഉറക്കമായിരിക്കുന്നു. അകലങ്ങളിൽ മുനിഞ്ഞു കാണുന്ന ഇത്തിരിവെട്ടങ്ങൾക്ക് ഇരുട്ടിന്റെ കട്ടികുറയ്ക്കാനാവുന്നില്ല. ഒറ്റപ്പാലത്ത് തീപ്പെട്ടിക്കമ്പനിയിലും അങ്ങാടിയിലും പണിക്കു പോകുന്നവർ എപ്പൊഴോ വീടണഞ്ഞിട്ടുണ്ടാവും. പട്ടണവാസികളെപ്പോലെ രാത്രി ഉണർന്നിരിക്കുന്ന സ്വഭാവം നാട്ടുമ്പുറത്തുകാർക്കില്ല.

കിഴക്കെവിടെയോ ഒരു നായ ഓരിയിട്ടു. മറുദിക്കുകളിൽ ഒറ്റയ്ക്കും തെറ്റയ്ക്കും നായ്ക്കൾ ഏറ്റുപിടിച്ചു. ദൂരെ ഒറ്റമരത്തിലിരുന്ന് കൂമൻ അമർത്തിമൂളി.

എത്ര നടന്നിട്ടും പറമ്പുകളവസാനിക്കുന്നില്ല. കാൽപ്പാദങ്ങൾ വേദനിക്കുന്നു. ശരീരം തളരുന്നു. എവിടെയെങ്കിലും ഒന്നിരിക്കണം. ഇന്നലെത്തെ അമിതമദ്യപാനത്തിന്റെ ബാക്കിയാണ് ഈ തളർച്ച.

കുന്നിറങ്ങിച്ചെല്ലുന്നത് തെക്കേപാടത്തേക്കാണ്. പാടം കിഴക്കോട്ടു മുറിച്ചു കടന്ന് തോട്ടിന്റെ കരപറ്റി, അധികാരിയമ്മാവന്റെ പടിപ്പുരയ്ക്കു മുമ്പിലൂടെ പിന്നേയും വടക്കോട്ടു നടക്കണം രണ്ടു നാഴികദൂരം.

കുന്നിറക്കത്തിൽ, വലതുവശത്ത് പേരാൽത്തറ. ആൽത്തറയ്ക്കരികെ കരിങ്കല്ലത്താണി. ഒറ്റപ്പാലത്തുനിന്ന് അരിയും പലവ്യഞ്ജനങ്ങളും ചാക്കുകളിൽ ചുമന്ന് നാട്ടിലുള്ള കടകളിലും വീടുകളിലുമെത്തിക്കുന്നവർ അത്താണിയിൽ ചാക്കിറക്കിവെച്ച് ആൽത്തറയിലിരുന്ന് ക്ഷീണം തീർക്കുന്നു.

ശേഖരൻകുട്ടി ആൽത്തറയിലേക്ക് ടോർച്ചടിച്ചു. ആൽത്തറ ശൂന്യം. പ്രാന്തൻ കുമാരന്റെ കിടപ്പ് ഇവിടെയാണെന്നു കേട്ടിട്ടുണ്ട്. ഒടിയനേയോ പ്രേതങ്ങളേയോ അവനു പേടിക്കേണ്ട കാര്യമില്ലല്ലോ.

ഇന്ന് കുമാരനേയും കാണുന്നില്ല. രാത്രി ഏറെ വൈകിയിരിക്കുന്നു. ആകാശത്തോളം മുങ്ങിക്കിടക്കുന്ന ഇരുട്ട്. നായ്ക്കളുടെ ഓളി ഇപ്പോഴും നിലച്ചിട്ടില്ല. പെട്ടി തലയ്ക്കൽവെച്ച്, ടോർച്ച് തൊട്ടരികെവെച്ച് ശേഖരൻകുട്ടി ആൽത്തറയിൽ മലർന്നുകിടന്നു. ഒരു പത്തുമിനിട്ടു നേരം ഇങ്ങനെ കിടക്കുകയാണെങ്കിൽ ബാക്കിദൂരം നടന്നുതാണ്ടാനുള്ള ശക്തി കിട്ടുമെന്ന് അവൻ പ്രത്യാശിച്ചു.

കൊമ്പുകൾ നീട്ടിപ്പിടിച്ച് പ്രായമേറെച്ചെന്ന പേരാൽ തലയ്ക്കു മുകളിൽ. പേരാലിന്റെ വേടുകൾ മണ്ണിലേക്കു തൂങ്ങിക്കിടക്കുന്ന പാമ്പുകളെപ്പോലെ തോന്നിച്ചു. ഇലകളുടെ മർമ്മരം. സുഖമുള്ള കാറ്റ്. കണ്ണുകൾ താനേ അടയുന്നു.

"അപ്പേട്ടാ..."

ആലിന്റെ മുകളിൽനിന്ന് ഒരു സ്ത്രീശബ്ദം. ശേഖരൻകുട്ടി ഞെട്ടിയുണർന്നു. കിടന്നുകൊണ്ടുതന്നെ അവൻ മുകളിലേക്കു കണ്ണുപായിച്ചു. കട്ടപിടിച്ച ഇരുട്ടു മാത്രം. തോന്നിയതായിരിക്കും. തന്നെ പരിചയമുള്ള ഏതു സ്ത്രീയാണ് അസമയത്ത് ആലിന്റെ മുകളിൽ?

"അപ്പേട്ടാ..."

പുള്ളുവന്റെ വീണയിൽനിന്നെന്നപോലെ വീണ്ടും അതേ ശബ്ദം.

അവൻ ഞെട്ടിപ്പിടഞ്ഞെണീറ്റു. അത് ഇട്ടിച്ചിരിയുടെ ശബ്ദമാണ്. വീണ്ടും ഇട്ടിച്ചിരി പേരെടുത്തു വിളിക്കുന്നത് അവൻ വ്യക്തമായി കേട്ടു. കുടമണി കുലുങ്ങുന്നതുപോലെ അവളുടെ ചിരി.

ആൽത്തറവിട്ട് ഓടിയകലാനുള്ള വെപ്രാളത്തിൽ അവൻ ആലിന്റെ വേരിൽത്തടഞ്ഞ് കമഴ്ന്നടിച്ചു വീണു. പിടഞ്ഞെണീറ്റ്

നിലത്തു കിടക്കുന്ന പെട്ടിയെടുത്ത് ഇടങ്കൈകൊണ്ടൊതുക്കിപ്പിടിച്ച് ഓടി. വലങ്കയ്യിൽ ടോർച്ചുണ്ടായിരുന്നു. അതു നഷ്ടപ്പെട്ടില്ല.

വരമ്പത്തുകൂടി കുറേദൂരം ഓടിയതിനുശേഷമാണ് ടോർച്ചു തെളിച്ചത്. തൊട്ടുപിന്നാലെ ഇട്ടിച്ചിരി ഉണ്ടെന്ന തോന്നൽ ശക്തമാവുന്നു. സർവശക്തിയുമെടുത്ത് ഓടി. ഏതു നിമിഷവും അവളുടെ കൈ നീണ്ടുവരുമെന്നും കഴുത്തിൽ പിടിമുറുക്കുമെന്നും അവൻ പേടിച്ചു.

അധികാരിയമ്മാവന്റെ പടിപ്പുരയും താണ്ടിയപ്പോഴാണ് ഇത്തിരി ശ്വാസം വീണത്. അവൾ ആലിൻകൊമ്പത്തുനിന്നിറങ്ങിയിട്ടില്ല. അല്ലെങ്കിൽ എത്രയോമുമ്പേ അവൾ ഒപ്പമെത്തേണ്ടതാണ്. ഇട്ടിച്ചിരി ഭൂമിവിട്ടുപോയിട്ടില്ല. നാട്ടിൽ ചുറ്റിത്തിരിയുകയാവണം. അവളുടെ ജീവനെടുത്ത് നാടുവിട്ടുപോയ ശേഷം ഇപ്പോഴാണല്ലോ തിരിച്ചുവരുന്നത്. അവൾ കാത്തുകഴിയുകയായിരിക്കും പോയ ദിവസങ്ങളിൽ.

ഇട്ടിച്ചിരി പ്രേതമാണ്. ഗതികിട്ടാതെ അലയുന്നവൾ! അവൾ പകയുള്ളവളാണ്. അവളുടെ ഈ രൂപാന്തരത്തിനു കാരണക്കാരൻ എന്നെങ്കിലുമൊരിക്കൽ മടങ്ങിവരുമെന്ന് അവൾക്കു നിശ്ചയമുണ്ടാവും.

തോട്ടുവരമ്പത്തുകൂടി ഓടി, തറവാടിന്റെ പടിപ്പുരവരെ പോകുന്ന വലിയവരമ്പത്തേക്കു തിരിഞ്ഞു. അറിയാതെ, അകലെ ഇരുട്ടിൽ നിഴലുപോലെ കാണുന്ന കൊക്കരിണിപ്പറമ്പിലേക്കു നോക്കിപ്പോയി. കണ്ണുകൾ പിൻവലിച്ച് ആകാവുന്നത്ര വേഗമെടുത്ത് പടിപ്പുരയോളമെത്തി. പടിപ്പുര അടഞ്ഞുകിടക്കുന്നു. അകത്തുനിന്ന് തഴുതിട്ടിട്ടുണ്ട്. കയ്യിലിരുന്ന പെട്ടികൊണ്ട് വാതിലിൽ ആഞ്ഞുമുട്ടി.

“വാതിലു തുറക്ക്വോ.” ശേഖരൻകുട്ടി അലറിവിളിച്ചു.

ആറ്

ഇരുട്ടിലേക്കു തുറിച്ചുനോക്കിക്കൊണ്ട് ശിവരാമമേനോൻ ചാരുകസേരയിലിരിക്കുകയായിരുന്നു. പാതിരാവു കഴിയും മേനോൻ കിടക്കാനകത്തേക്കു പോകണമെങ്കിൽ; തങ്കമ്മയുടെ നിർബന്ധം സഹിക്കാതാവുമ്പോൾ മാത്രം. കോലായിൽ തൂക്കിയിട്ട മങ്ങിക്കത്തുന്ന കമ്പിറാന്തൽ മേനോനു കൂട്ടിരുന്നു.

മാസം മൂന്നു കഴിഞ്ഞു, അപ്പു വീടുവിട്ടിറങ്ങിപ്പോയിട്ട്. പാലക്കാട്ടെ ലോഡ്ജിലന്വേഷിച്ചപ്പോൾ അവൻ മദിരാശിയിലേക്കു വണ്ടി കേറിപ്പോയിരിക്കുന്നു. ഇംഗ്ലീഷു പഠിക്കാൻ പോകുന്നു എന്നാണത്രെ രാമന്നായരോടു പറഞ്ഞത്.

മകന്റെ വിവരങ്ങളറിയാൻ തങ്കമ്മ കാത്തിരിക്കുന്നു. പെറ്റത് മൂർഖൻപാമ്പിനെയാണെങ്കിലും തള്ളയ്ക്ക് മകൻ മകനല്ലാതാവില്ലല്ലോ. എന്തിന് അവളെ കുറ്റപ്പെടുത്തണം. തല്ലിക്കൊല്ലാൻ കൈ തരിക്കുന്നുണ്ട്. എന്നിട്ടും, അവൻ മദിരാശിയിൽ അലഞ്ഞുനടക്കുന്നുണ്ടാവുമോ എന്ന് ആലോചന വരുമ്പോൾ ഒരു നീറ്റൽ.

അവനോട് സഹതാപം തോന്നേണ്ട കാര്യമില്ല. ഒരു പാവം പെൺകുട്ടിയെ കഴുത്തുഞെരിച്ചു കൊല്ലുക. അവളുടെ വയറ്റിൽ കുരുത്ത, അവന്റെതന്നെ ജീവന്റെ അംശമായ കുരുന്നിനേയും നശിപ്പിക്കുക; കടുകുമണിയോളമെങ്കിലും കരുണയില്ലാതെ.

അവനെയോർത്ത് വിഷമിക്കേണ്ട ഒരാവശ്യവുമില്ല. അതിബുദ്ധിയാണവന്. എങ്ങനെ എടുത്തെറിഞ്ഞാലും നാലുകാലിൽ വീഴും. മദിരാശിയിലും അവൻ കാലുറപ്പിച്ചു നിൽക്കും.

അവൻ തിരിച്ചുവരും. അക്കാര്യത്തിൽ ശിവരാമമേനോനു സംശയമേതുമില്ല. തീയും പുകയും ആറുന്നതുവരെ കാത്തിരിക്കുകയാവും ദുഷ്ടജന്തു.

“വന്നു കിടക്കൂന്നേ.” തങ്കമ്മ.

അവളുടെ ഉറക്കം കളയണ്ട. മേനോനെണീറ്റു. കമ്പിറാന്തൽ തൂക്കുകമ്പിയിൽനിന്ന് പൊക്കിയെടുത്തു. തളത്തിലേക്കു കടക്കാനായുമ്പോഴാണ് പടിപ്പുരവാതിലിൽ ശക്തിയായി ഇടിക്കുന്നതു കേട്ടത്. ഒപ്പം ഒരു അലറിക്കരച്ചിലും.

മേനോൻ റാന്തലുമായി വേഗം മുറ്റത്തിറങ്ങി. പടിപ്പുരവാതിൽ മലർക്കേ തുറന്നു. വിളക്കു പൊക്കിപ്പിടിച്ച് പുറത്തു നിൽക്കുന്ന ആളിനെ സൂക്ഷിച്ചു നോക്കി.

ഒറ്റ നോട്ടത്തിൽ പ്രാന്തൻ കുമാരനാണെന്നാണ് തോന്നിയത്. താടിയും ചപ്രത്തലയും കണ്ട് സംശയിച്ചുപോയതാണ്. അപ്പു! മേനോന്റെ വയറൊന്നുകാളി. ഇവന് പ്രാന്തായിപ്പോയോ ദൈവമേ!

അപ്പു അകത്തു കടന്നു. മേനോൻ വാതിലടച്ചു. പെട്ടി മാറത്തടക്കിപ്പിടിച്ച്, തൊടിയിലെ ഇരുട്ടിലേക്കു ടോർച്ചുപായിച്ചുകൊണ്ട് അവൻ അച്ഛനെ ചേർന്നുനടന്നു. അവന്റെ കാലുകളിടറുന്നുണ്ടെന്ന് മേനോൻ ശ്രദ്ധിച്ചു.

“എന്താടാ, നിണക്കെന്തു പറ്റി?” അച്ഛൻ ചോദിച്ചത് അവൻ കേട്ടതായിത്തോന്നിയില്ല. കോലായിലേക്കു കേറി, പെട്ടിയും ടോർച്ചും അടുത്തുവെച്ച് അരത്തിണ്ണയിൽ തൂണുചാരിയിരുന്നു. അവൻ ചെറുതായി വിറയ്ക്കുന്നുണ്ടായിരുന്നു.

അവന്റെ കോലവും വെപ്രാളവും കണ്ട് അമ്മയുടെ മനസ്സിടിഞ്ഞു.

“എന്താ അപ്പൂ, എന്താ നിണക്ക്?”

“ഞാൻ കേട്ടു.”

“എന്തു കേട്ടൂന്നാ നിയ്യ് പറയണെ?”

“അവളെന്നെ പേരെടുത്തു വിളിച്ചു.”

“ആര്?”

“ആ ഇട്ടിച്ചിരി.”

“എവടന്നാ കേട്ടത്?”

“തെക്കെപ്പാടത്തിന്റെ വക്കത്തൊരാലില്ലേ. അതിന്റെ മോളിന്ന്.”

“നിണക്ക് തോന്നീതാവും.”

“അല്ല. അപ്പോട്ടാന്ന് മൂന്നു പ്രാവശ്യം വിളിച്ചു.”

“എന്നിട്ട് നീയവളെ കണ്ടോ?”

“ഇല്ല. അവൾ ആലിന്റെ കൊമ്പത്തിരിപ്പാണ്. കുറ്റാക്കൂറ്റിരുട്ടത്ത് ഒന്നും കാണാൻ വയ്യ.”

“നിന്നെ ആരെങ്കിലും കളിപ്പിച്ചതാണെങ്കിലോ. ടോർച്ചടിച്ചു നോക്കായിരുന്നില്ലേ?” മേനോൻ ചോദിച്ചു.

അവൻ പകരമേതും പറയാതെ കീഴോട്ടു നോക്കിയിരുന്നു.

മേനോൻ ഇത്രമാത്രം പറഞ്ഞു: “രാത്രി പുറത്തിറങ്ങി നടക്കണ്ട. പകലെവിടെപ്പോയാലും അസ്തമയത്തിനു മുമ്പ് വീടെത്തിക്കോളണം. പറഞ്ഞതു മനസ്സിലായോ?”

അവൻ തലകുലുക്കി.

രാത്രിനേരങ്ങളിൽ നാട്ടുവഴികളിൽ ഒരു സ്ത്രീയെ കണ്ടവരുണ്ടെന്നു പറഞ്ഞുകേൾക്കുന്നു, അങ്ങനെ ഒരുത്തിയെ കണ്ടുവെന്ന് കുപ്പാണ്ടിയും സാക്ഷ്യം പറയുന്നു.

“ഞാങ്കണ്ടൂ മൂത്താരെ. മണ്ണാത്തിപ്പാറേടെ മോളില് ഒരു പെണ്ണ് കുത്തിരിക്കുണ്ണു. ആരാ ചോയ്ച്ചിട്ട് മിണ്ട്ണില്യ. അടുത്തു ചെന്നപ്പൊ ആളെ കാണാല്യ.”

“നിയ്യ് കുടിച്ചിട്ടുണ്ടായിരുന്നോ കുപ്പാണ്ടി?”

“ഉവ്വ് മൂത്താരേ, ലേശം മോന്തീരുന്നു.”

“സുമാറ് എത്രമണി ആയിട്ടുണ്ടാവും?”

“മണിക്കണക്കൊന്നും യ്ക്കറീല്യ. നട്ടപ്പാതിരേണ്.”

“നീയെന്തിനാ നട്ടപ്പാതിരയ്ക്ക് ആ വഴിക്ക് പോയത്?”

“അതുപിന്നെ മൂത്താരെ...”

“കക്കാൻ, ല്ലേ?”

കുപ്പാണ്ടി പരുങ്ങുന്നു.

അതിരുവിട്ടു മോന്തിക്കാണും ചാരായം. അപ്പോൾ അതും അതിലപ്പുറവും കണ്ണിൽ കാണും എന്ന് ശിവരാമമേനോന് ബോധ്യപ്പെട്ടു. കഥയുണ്ടാക്കിപ്പറയാൻ മിടുക്കന്മാരാണ് ചിലയാളുകളെങ്കിലും. അത്തരക്കാരാണ് രാത്രി അസമയത്ത് ഒരു പെണ്ണ് വഴിവക്കിൽ നിൽക്കുന്നതു കണ്ടു, അവൾ നടന്നുപോകുന്നതു കണ്ടു എന്നൊക്കെ കഥകൾ മെനയുന്നത്.

അപ്പുനായരെ എങ്ങനെ അവിശ്വസിക്കും?

പീടികമുക്കിൽ റേഷൻകടയുണ്ട് അപ്പുനായർക്ക്. ഒമ്പതുമണിക്ക് കടയടച്ച് തണ്ടാൻ വേലായുധന്റെ കുടിയിൽ കേറി ഇരുന്നൂറു മില്ലി അകത്താക്കിയിട്ടേ അപ്പുനായർ വീട്ടിൽ പോകൂ. ചൂട്ടു വീശി കത്തിച്ചുകൊണ്ടാണ് അപ്പുനായരുടെ രാത്രിസഞ്ചാരം. പോക്കറ്റ് ലാമ്പ് ഉപയോഗിക്കുന്ന ശീലമില്ല അയാൾക്ക്. വേലായുധന്റെ ഇല്ലി

പ്പടിക്കൽ ചൂട്ടു കുത്തിക്കെടുത്തും. സേവകഴിഞ്ഞ് വീണ്ടും ചൂട്ടു കൊളുത്തി വീശി വീട്ടിലേക്കു നടക്കും.

വേലായുധന്റെ ഇടവഴി, പീടികമുക്കിൽനിന്ന് പടിഞ്ഞാട്ടു പോകുന്ന ചരൽപാതയിൽ ചേരുന്നു. ഇടവഴിയിൽനിന്ന് പാതയിലേക്കു കേറിയില്ല, ആരോ പിന്നിലുണ്ടെന്നൊരു തോന്നൽ. തിരിഞ്ഞുനോക്കിയപ്പോൾ ഒരു പെണ്ണ്! അപ്പുനായർ നിന്നു. അവളും നിന്നു.

"ആരാ?"

ഉത്തരമില്ല.

ചിറ്റേടത്തെ കല്യാണിയാണെന്നാണ് ആദ്യം തോന്നിയത്. അവളെ അസമയത്ത് എവിടേയെങ്കിലുംവെച്ചു കണ്ടാലും അതിശയിക്കാനില്ല. ഇതൊരു പെങ്കിടാവാണ്. കല്യാണിയുടെ മകളായിരിക്കുമോ. വേലിചാടിപ്പയ്യിന്റെ മതിലു ചാടും എന്നാണല്ലോ ചൊല്ല്. എന്നാലവളെ ഒന്നു ഗുണദോഷിച്ചിട്ടുതന്നെ കാര്യം എന്നു മനസ്സിലുറപ്പിച്ചു.

ചൂട്ട് ഒന്നാഞ്ഞു വീശി. ഇപ്പോൾ ഇടവഴി നന്നായിക്കാണാം. പക്ഷേ ആ പെണ്ണിനെ കാണുന്നില്ല. പെണ്ണെവിടെ! നിന്നനിൽപ്പിൽ മറഞ്ഞുപോയിരിക്കുന്നു!

കാലിന്നടിയിൽനിന്നൊരു വിറ മൂർദ്ധാവുവരെ എത്തി എന്നാണ് അപ്പുനായർ പറഞ്ഞത്. എങ്ങനെയോ വീടെത്തി. കാലത്തെഴുന്നേറ്റപ്പോൾ നല്ല പനി. രണ്ടുദിവസം റേഷൻകടയിൽ പോയില്ല. കടയിലേക്ക് മൂത്തമകൻ ഗോപിയെ വിട്ടു.

ശിവക്ഷേത്രത്തിൽവെച്ചു കണ്ടപ്പോൾ അയാളുതന്നെയാണ് ആ സംഭവം രഹസ്യമായി മേനോനോടു പറഞ്ഞ്.

"അത് അവളായിരിക്കില്ലേ മേന്നെ?"

"ആര്?"

"ഇട്ടിച്ചിരി. കറുകത്തലയ്ക്കൽ അവൾക്ക് ആരെങ്കിലും വെള്ളം കൊടുത്തോ മേന്നെ?"

"ഉണ്ടാവില്ല."

"എന്നാൽ സംശയിക്കണ്ട. അവൾക്ക് ഗതി കിട്ടീട്ടില്ല. ഈ ഭൂമി വിട്ട് അവളെവിടേം പോയിട്ടില്ല."

അതു ശരിയായിരിക്കാമെന്ന് മേനോനും തോന്നി. ഇപ്പോഴിതാ അപ്പു ഉറപ്പിച്ചു പറയുന്നു, ഇട്ടിച്ചിരി അവനെ പേരുചൊല്ലി വിളിച്ചെന്ന്. കേൾക്കുന്ന കഥകൾ പാടേ തള്ളിക്കളയണ്ട.

കാർത്ത്യായിനിയേടത്തിക്കോ അവരുടെ മകൾ അമ്മാളുകുട്ടിക്കോ ഒരു ആൺതരി ഉണ്ടായില്ല. മരണാനന്തരക്രിയകൾക്ക് ആൺപ്രജ വേണം. പിണ്ഡമുരുട്ടിവെച്ച് വിധിയാംവണ്ണം ബലികർമ്മം ചെയ്യണം. അതാണ് ശാസ്ത്രം. ഇട്ടിച്ചിരിക്ക് ബലിയിടാനും കാക്കയെ കൈകൊട്ടി വിളിക്കാനും ആരുമുണ്ടായില്ല. അവളുടെ ആത്മാവിന് മോക്ഷം കിട്ടിയിട്ടുണ്ടാവില്ല. ഈ ദേശത്തുതന്നെ അവൾ ചുറ്റിത്തിരിയുന്നുണ്ടാവും. അലൗകികമായ സിദ്ധികളുണ്ടാവുമത്രെ ദുരാത്മാക്കൾക്ക്. മൂക്കറ്റം മോന്തിയിട്ടുണ്ടായിരിക്കാമെങ്കിലും മണ്ണാത്തിപ്പാറയിൽ കുപ്പാണ്ടി കണ്ടുവെന്നു പറയുന്ന സ്ത്രീ ഇട്ടിച്ചിരിതന്നെയെന്നു വിശ്വസിക്കേണ്ടിവരും. നുണ പറയുന്ന ശീലം അപ്പുനായർക്കുമില്ല.

പരിഹാരക്രിയകൾ ചെയ്ത് അവളെ അങ്ങേലോകത്തേക്കയയ്ക്കണം. വാസുമാഷോട് ഈ കാര്യം സംസാരിക്കാമെന്ന് വിചാരിച്ചു കഴിയുകയായിരുന്നു മേനോൻ. കേട്ട കഥകളൊന്നും തങ്കമ്മയോടു പറഞ്ഞില്ല. തൽക്കാലം അവളൊന്നുമറിയേണ്ട. അവൾ പേടിക്കും. കുമാരൻ പറയില്ല. അയൽക്കാരികളോ പണിക്കാരികളോ നാട്ടുവിശേഷങ്ങൾ പറയുന്നകൂട്ടത്തിൽ അലഞ്ഞുനടക്കുന്ന പ്രേതാത്മാവിന്റെ കഥയും പറയും. ആളുകൾ വെറുതേ പറഞ്ഞുണ്ടാക്കുന്നതാണെന്ന് അവളെ സമാധാനിപ്പിക്കാം. വേറെന്തു വഴി!

തങ്കമ്മ മകന്റെ അടുത്തു ചെന്നു. അവന്റെ ചപ്രത്തലയിൽ വിരലോടിച്ചു.

"കുളിച്ചുവാ. ചോറിരിപ്പുണ്ട്. അമ്മ തിളപ്പിച്ചു വാർത്തുവെക്കാം. തേങ്ങാച്ചമ്മന്തി അരയ്ക്കാം. കട്ടത്തൈരുണ്ടാവും."

"കുളി വേണ്ട."

"എന്തേ?"

"കുളത്തിലേക്ക്..."

"അച്ഛൻ തുണവരും. റാന്തല് കാണിച്ചു തരും. ചെല്ല്."

തങ്കമ്മ തോർത്തും സോപ്പുപെട്ടിയും കൊണ്ടുവന്നുകൊടുത്തു. മകനു കൂട്ടായി അച്ഛൻ മുമ്പേ നടന്നു. ശേഖരൻകുട്ടി വെള്ളത്തിലിറങ്ങാതെ താഴെ പടിയിലിരുന്നു. അച്ഛൻ ശാസിക്കേണ്ടി വന്നു, മുട്ടോളം വെള്ളത്തിലേക്കിറങ്ങാൻ. തലയിൽ വെള്ളം കൈകൊണ്ടു കോരിയൊഴിച്ചു. മുങ്ങിനിവരുന്ന നേരംകൊണ്ട് ഇട്ടിച്ചിരിയുടെ പ്രേതം കാലിൽ പിടികൂടുമെന്നും കുളത്തിന്റെ അടിയിലേക്കു വലിച്ചുകൊണ്ടുപോകുമെന്നും അവൻ പേടിച്ചു. തല തുവർത്തിയെന്നു വരുത്തി, കമ്പിറാന്തലിന്റെ വെളിച്ചത്തിൽ അച്ഛന്റെ ഒപ്പം നടന്നു.

അമ്മ ചോറു വിളമ്പിവെച്ചിരുന്നു. ചോറ് തൈരും ഉപ്പും കൂട്ടി ക്കുഴച്ച് വാരി അകത്താക്കി. വിശപ്പുണ്ടെങ്കിലും രുചി തോന്നിയില്ല.

“നീയെന്താ ചമ്മന്തി കൂട്ടാത്തത്?”

അമ്മ ചോദിച്ചപ്പോഴാണ് ചെറിയ പ്ലെയ്റ്റിൽ തേങ്ങാച്ചമ്മന്തി യുണ്ടെന്ന് ശേഖരൻകുട്ടി ശ്രദ്ധിച്ചത്.

മുകളിൽ അവന്റെ മുറിയിൽ അമ്മ കിടക്ക തട്ടിവിരിച്ചു. പടി ഞ്ഞാറേ ജനലിന്റെ പാളികൾ തുറന്നിട്ടു.

മുറിയിൽ കേറിയപാടേ അവൻ ജനൽപാളികളടച്ചു കുറ്റിയിട്ടു.

“ഉഷ്ണിച്ചിട്ടു കെടക്കില്ലെടാ.”

“സാരല്യ.”

ഇട്ടിച്ചിരി ജനാലയ്ക്കൽ വന്ന് എത്തിനോക്കുമെന്നും അവളുടെ കൈകൾ അഴികൾക്കിടയിലൂടെ നീണ്ടുവരുമെന്നും അവൻ പേടിച്ചു. അമ്മ മുറിയിൽനിന്ന് പുറത്തുകടന്ന ഉടനെ വാതിലടച്ചു തണ്ടു നീക്കി. ശേഖരൻകുട്ടി കിടക്കയിലേക്കു വീണു.

ഏഴ്

അതിരാവിലെ കുമാരനെ വിട്ട് വിളക്കത്ര ശങ്കരനെ വിളിപ്പിച്ചു ശിവരാമമേനോൻ. ശങ്കരന് പീടികമുക്കിൽ മുടിവെട്ടുകടയുണ്ട്. ആഴ്ചയിലൊരിക്കൽ ശങ്കരൻ ചേലക്കോട്ടെ പടിപ്പുര കടന്നുവരുന്നു, മേനോന്റെ താടി വടിക്കാൻ. മാസത്തിലൊരിക്കൽ മുടിവെട്ട്. ബുധൻ, ശനി ദിവസങ്ങളാണ് ക്ഷൗരത്തിനു പറഞ്ഞിട്ടുള്ളത്.

ഏഴാംക്ലാസുവരെ അപ്പുവിന്റെ മുടിവെട്ടും തറവാട്ടിന്റെ പടിഞ്ഞാറേ മുറ്റത്തുവെച്ചായിരുന്നു. കഴുത്തിനുമേലെ ചെവിയുടെ മേൽഭാഗംവരെ മെഷീൻകൊണ്ട് ചെത്തിക്കോരി വെടിപ്പാക്കും. ഹൈസ്കൂളിലെത്തിയപ്പോൾ ശങ്കരൻ മുടി വെട്ടേണ്ടെന്ന് അപ്പു വാശിപിടിച്ചു. ഒറ്റപ്പാലത്തങ്ങാടിയിൽ സ്റ്റൈലിൽ മുടിവെട്ടുന്ന ബാർബർഷാപ്പുണ്ടത്രെ. അവന്റെ ഇഷ്ടം അനുവദിച്ചുകൊടുത്തു. ഇന്ന് അപ്പുവിന്റെ ഇഷ്ടം നോക്കാൻ പോകുന്നില്ല.

ശങ്കരൻ വന്നിട്ടും തെക്കേ അറ തുറന്നിട്ടില്ല. തങ്കമ്മ ചെന്ന് വാതിലിൽ തട്ടിവിളിച്ചു. ഉറക്കപ്പിച്ചോടെ അവൻ വാതിലു തുറന്നു.

"എന്താ?"

"താഴേയ്ക്കു വാ. അച്ഛൻ വിളിക്കുണൂ."

ശേഖരൻകുട്ടി കോണിപ്പടികളിറങ്ങി. കോലായിലേക്ക് വന്നു.

സഞ്ചി കക്ഷത്തുവെച്ച് ശങ്കരൻ മുറ്റത്തു നിൽക്കുന്നു. അച്ഛൻ അരത്തിണ്ണയിലേക്കു കാലുരണ്ടും കയറ്റിവെച്ച് ചാരുകസേരയിൽ.

"ശങ്കരാ, ഇവന്റെ താടിയും മുടിയും കളഞ്ഞ് ഒരു മനുഷ്യക്കോലത്തിലാക്ക്."

"അച്ഛാ..." പ്രതിഷേധിക്കാൻ ശ്രമിച്ചെങ്കിലും അച്ഛൻ ഇടങ്കൈകൊണ്ടു തടുത്തു.

"ചെല്ല്. നേരം കളയണ്ട."

ശേഖരൻകുട്ടിക്ക് അനുസരിക്കേണ്ടി വന്നു. ശങ്കരന്റെ പിന്നാലെ പടിഞ്ഞാറേ മുറ്റത്തേക്കു നടന്നു. അമ്മ കൊണ്ടുവന്നുവെച്ച പലക

പ്പുറത്ത് അവൻ കുന്തിച്ചിരുന്നു. ശേഖരൻകുട്ടിയുടെ രൂപം കണ്ട് ശങ്കരന് ഉൾഭയമുണ്ടായി. തലക്കല്ലിളകിയതാവുമോ ഈ കുട്ടിയുടെ? സാക്ഷാൽ മഹാദേവനെ മനസ്സിൽ വിളിച്ച് ശങ്കരൻ ശേഖരൻകുട്ടിയുടെ തലയിൽ കൈവെച്ചു. വെള്ളവും എണ്ണയും സമം ചേർത്ത് മുടി കശക്കി ഒതുക്കിയെടുത്തു. ശങ്കരന്റെ കത്രിക ചലിച്ചു തുടങ്ങി. ഈയിടെയായി മെഷീന്റെ ഉപയോഗം കുറവാണ്. ചെരച്ചു മിനുപ്പിക്കാൻ വയസ്സന്മാർക്കുപോലും താൽപ്പര്യം കുറഞ്ഞിട്ടുണ്ട്.

ഒന്നരത്തച്ചിന്റെ പണി വേണ്ടിവന്നു, മുടി ഒരു പരുവത്തിലാക്കിയെടുക്കാൻ. ചീകിവെക്കാൻ മാത്രം തലയിൽ മുടി നിർത്തി. താടി കളഞ്ഞു. കുട്ടി നിർബന്ധം പിടിച്ചതുകൊണ്ട് കനംകുറഞ്ഞ ഒരു തേരട്ടമീശ മേൽച്ചുണ്ടിനുമേൽ പണിതു നിർത്തി.

കുളത്തിലിറങ്ങി മുങ്ങിനിവർന്നപ്പോൾ ശേഖരൻകുട്ടിക്ക് ഉന്മേഷം തോന്നി. കഴിഞ്ഞ രാത്രിയിൽ നടന്നതൊക്കെ ഒരു സ്വപ്നമായിട്ടാണ് അവനു തോന്നിയത്. തളർച്ച തീർക്കാൻ ആൽത്തറയിൽ മലർന്നു കിടന്നതും ആലിന്റെ മുകളിലിരുന്ന് ഇട്ടിച്ചിരി, അപ്പേട്ടാ എന്നു വിളിച്ചതും പാടംവഴി മരണഭയത്തോടെ ഓടിയതും എല്ലാം സ്വപ്നമായിരുന്നോ. അങ്ങനെ വിശ്വസിച്ച് ആശ്വാസംകൊള്ളാനായിരുന്നു ശേഖരൻകുട്ടിക്കിഷ്ടം. ചില സ്വപ്നങ്ങൾ അങ്ങനെയാണ്. അനുഭവിക്കുന്നു എന്നുതന്നെ തോന്നിപ്പോകും. ആരോ പിന്നിൽ നിന്നടിച്ചു എന്നായിരിക്കും സ്വപ്നം. അടികൊണ്ടേടം വേദനിക്കും. ഞെട്ടിയുണർന്നാലും വേദന ബാക്കി നിൽപ്പുണ്ടാവും. ചിലപ്പോൾ ഓർത്ത് രസിക്കാൻ വകയുള്ള സ്വപ്നമായിരിക്കും. ഒരു പെൺകുട്ടിയുടെ മടിയിൽ കിടക്കുന്നു, അവൾ വികാരവിവശയായി ഉമ്മ വെക്കുന്നു. അങ്ങനെയങ്ങനെ. ഇന്നലെക്കണ്ടത് പേടിപ്പിക്കുന്ന സ്വപ്നമായിപ്പോയി. രസമുള്ള സ്വപ്നങ്ങൾ മാത്രം കാണണമെന്ന് വാശിപിടിച്ചിട്ടു കാര്യമില്ലല്ലോ.

കുളി കഴിഞ്ഞു വന്നപ്പോഴേക്കും അമ്മ ദോശയും തേങ്ങാചട്ണിയും ഉണ്ടാക്കി വെച്ചിരുന്നു. കാപ്പികുടി കഴിഞ്ഞ് മുകളിലേക്കു കേറി. പഴയ പുസത്കങ്ങൾ പൊടിതട്ടിയെടുത്തു. അഗതാക്രിസ്റ്റിയുടെ ഒരു ക്രൈംത്രില്ലർ കിട്ടി. ഒരിക്കൽ വായിച്ചതാണ്. ഒന്നുകൂടി വായിക്കാം. വലിഞ്ഞു മുറുകിക്കിടക്കുന്ന ഞരമ്പുകൾ ഒന്നയഞ്ഞു കിട്ടണം. അതിനു പറ്റിയത് ഇത്തരം നോവലുകളാണ്.

തീർത്തും ഒരാഴ്ച ശേഖരൻകുട്ടി വീട്ടിനു പുറത്തിറങ്ങിയില്ല. പകൽനേരങ്ങളിൽ വായിച്ചും ഉറങ്ങിയും കഴിച്ചുകൂട്ടി. രാത്രിയിൽ കിടപ്പറയുടെ വാതിൽ ഭദ്രമായി ബന്ധിച്ചു. ജനലിന്റെ പാളികൾ അമ്പിച്ചടച്ചു. അറയ്ക്കകത്ത് ഇട്ടിച്ചിരിയുടെ ഓർമ്മകൾ ചുറ്റിത്തിരിഞ്ഞു. അവൻ തലവഴി മുടിപ്പുതച്ചു കിടന്നു.

മകനെയോർത്ത് ശിവരാമമേനോൻ ആധിപ്പെട്ടു. അവന് കൊല ക്കയർ വാങ്ങിക്കൊടുക്കേണ്ടതായിരുന്നു. പൊലീസുകാർക്ക് ഒരു സൂചന മാത്രം കൊടുത്താൽ മതി. സന്ധ്യമയക്കത്തിൽ മൂത്താരു കുട്ടി കൊക്കരിണിപ്പറമ്പിൽനിന്നിറങ്ങിവരുന്നതു കണ്ടു എന്ന് കുമാ രനെക്കൊണ്ട് പറയിക്കാമായിരുന്നു. കുമാരൻ നേരേ വാ നേരേ പോ സ്വഭാവക്കാരനാണ്. വിശ്വസ്തനുമാണ്. സത്യത്തിന്റെ കൂടെ നിൽക്കുന്നവനാണ്. അതൊന്നും ചെയ്യാതെ, നോട്ടിന്റെ കെട്ടുകൾ ഇൻസ്പെക്ടറുടെ കാൽക്കൽ സമർപ്പിച്ച് , കേസു തേച്ചുമാച്ചു കള യണം സാറെ എന്നു കരഞ്ഞു കാലുപിടിച്ചു.

ഞാനൊരു ധൃതരാഷ്ട്രരാണ്. പുത്രസ്നേഹത്താൽ അന്ധനായി പ്പോയ രാജാവ്. കുറ്റം ചെയ്തവനെ രക്ഷപ്പെടാൻ സഹായിക്കുന്നത് മഹാപാപമാണ്. ഇട്ടിച്ചിരിയോട് മകൻ ക്രൂരത കാട്ടി. ക്രൂരനായ മകനെ രക്ഷപ്പെടാൻ സഹായിച്ച് അവന്റെ അച്ഛൻ അവനേക്കാൾ വലിയ ക്രൂരകൃത്യം ചെയ്തു.

അവൻ വീടും നാടും ഉപേക്ഷിച്ചു പോയതാണ്. ഇപ്പോഴിതാ കുരുത്തംകെട്ടവൻ മടങ്ങിവന്നിരിക്കുന്നു. അവന്റെ ബി.എ. പരീക്ഷാ ഫലം വന്നുകാണണം. ജയിച്ചിട്ടുണ്ടാവും, തീർച്ച. തുടർന്നും പഠി ക്കണമെങ്കിൽ അങ്ങനെ ചെയ്യട്ടെ. എത്ര പണം വേണമെങ്കിലും അയച്ചുകൊടുക്കാം. വീട്ടിലേക്കു വീണ്ടും വരാതിരുന്നാൽ മാത്രം മതി. പാലക്കാട്ടോ മദിരാശിയിലോ എവിടെ വേണമെങ്കിലും പൊയ് ക്കോട്ടെ. പടിപ്പുര കടന്ന് ഈ മുറ്റത്തു കാലുകുത്തരുതെന്ന് പോകുന്ന പോക്കിൽ അവനോടു പറയണം. അങ്ങനെ പറയാൻ കഴിയണ മെങ്കിൽ മനസ്സു കല്ലാക്കണം.

മകനെ അത്രത്തോളം വെറുക്കാൻ അമ്മയ്ക്കു കഴിഞ്ഞില്ല. അവൻ തെറ്റു ചെയ്തു. ശരിയാണ്. ഞാൻ പെറ്റതല്ലെ. ഇനിയൊ ന്നിന്റെ മുഖത്തു നോക്കാനില്ല. ഈ മുലയിലെ പാലുകുടിച്ചാണ് അവൻ വളർന്നത്. ഈ മാറത്തു കിടന്നാണ് അവൻ ഉറങ്ങിയത്. വേണമെന്നു വെച്ചിട്ടാവില്ല അവൻ ആ കുട്ടിയോട് കൊടുംക്രൂരത കാട്ടിയത്. കയ്യബദ്ധം പറ്റിയതായിരിക്കും. കഴിഞ്ഞതു കഴിഞ്ഞു. സൽസ്വഭാവിയായി, അച്ഛനേയും അമ്മയേയും അനുസരിച്ച് ഇനി യെങ്കിലും ജീവിച്ചാൽ മതിയായിരുന്നു. അവൻ ഉദ്യോഗത്തിനു പോകണ്ട. അച്ഛനു വയസ്സാവുകയാണ്. ഇക്കണ്ട കൃഷിയും വസ്തു ക്കളും മേലാക്കം അവൻ വേണം പരിപാലിക്കാൻ. ഞാൻ അപ്പു വിനെ എവിടേക്കും വിടില്ല. അപ്പുൻ്റച്ഛൻ എതിരു പറയുകയാണെ ങ്കിൽത്തന്നെ, പറഞ്ഞു സമ്മതിപ്പിക്കാമെന്ന് തങ്കമ്മയ്ക്കു വിശ്വാസ മുണ്ട്. ഭാര്യയുടെ കണ്ണുനിറയുമ്പോൾ ആ മനസ്സലിയും.

എട്ട്

തെക്കേപൊടത്തിന്റെ കരയ്ക്കു നിൽക്കുന്ന പേരാലിന്റെ മുകളിൽ ദുരാത്മാക്കളുടെ ആവാസമുണ്ടാകും. അങ്ങനെ വല്ല ബാധയും അപ്പുവിന്റെ മേത്ത് കേറിയിട്ടുണ്ടാവുമോ എന്ന് തങ്കമ്മ പേടിച്ചു. കറുത്തവാവ്. നേരമല്ലാത്ത നേരം. ആലിന്റെ മുകളിലിരുന്ന് ഒരു സ്ത്രീ അവനെ പേരെടുത്തു വിളിച്ചുവെന്ന് അവൻ ആണയിട്ടു പറയുന്നു. ഒരുവട്ടമല്ല, മൂന്നുവട്ടം. നിനക്കു തോന്നിയതാവും എന്ന് അപ്പുവിനെ സമാധാനിപ്പിച്ചുവെങ്കിലും, അത് ശരിയായിക്കൂടെന്നി ല്ലെന്ന തോന്നലുണ്ടായി തങ്കമ്മയ്ക്ക്. സംശയം ശിവരാമേട്ടനോടു പറയുകയും ചെയ്തു.

മേനോൻ പെട്ടെന്നു പ്രതികരിച്ചില്ല. നട്ടപ്പാതിര നേരത്ത് ഒരു പെണ്ണ് മണ്ണാത്തിപ്പാറമേലിരിക്കുന്നതു കണ്ടുവെന്ന് കുപ്പാണ്ടി പറ യുന്നു. അവൻ പറയുന്നത് അതേപടി വിശ്വസിക്കാൻ വയ്യ. കുടിച്ച് വെളിവില്ലാത്ത അവസ്ഥയിലായിരുന്നല്ലോ കുപ്പാണ്ടി. അപ്പുനായരു പറയുന്നതോ? പട്ടച്ചൂട്ടിന്റെ വെളിച്ചത്തിൽ അയാൾ ആ പെണ്ണിനെ വ്യക്തമായിക്കണ്ടതാണ്. നിന്നനിൽപ്പിൽ അവൾ മാഞ്ഞുപോവു കയും ചെയ്തെന്ന്! അപ്പുനായർ ഭയന്നുവിറച്ചു. അതുകൊണ്ടാ ണല്ലോ അയാൾ പനിപിടിച്ചു കിടന്നത്. എളുപ്പം പേടിക്കുന്ന കൂട്ട ത്തിലല്ല അപ്പുനായർ. ഇല്ലാക്കഥകളുണ്ടാക്കിപ്പറയുന്ന സ്വഭാവക്കാര നുമല്ല. അയാളെ ഇന്നോ ഇന്നലെയോ കാണാൻ തുടങ്ങിയതല്ല.

ഇട്ടിച്ചിരിയുടെ ആത്മാവ് ഗതികിട്ടാതെ അലഞ്ഞുനടക്കുന്നുണ്ടെ ന്നുവേണം കരുതാൻ. അവളുടെ പ്രേതം ഒരു ബാധയായി അവന്റെ പിന്നാലെക്കൂടിയിട്ടുണ്ടെങ്കിൽ അതിശയിക്കാനില്ല. അവളുടെ ഈ അവസ്ഥയ്ക്കു കാരണക്കാരൻ അവനാണ്. തങ്കമ്മ പറയുന്നത് അപ്പാടെ തള്ളിക്കളയാനാവില്ല.

ഒന്നുരണ്ടു ദിവസം ശിവരാമമേനോൻ ഈ വിഷയം മനസ്സിലിട്ടു നടന്നു. നല്ലൊരു മന്ത്രവാദിയെ വരുത്തി ബലിക്കളയൽ നടത്തി യാലോ? മന്ത്രവാദമോ ആഭിചാരക്രിയകളോ ചേലക്കോട്ടു തറവാട്ടിൽ

ഇന്നിത്ര നാളുവരെ ഉണ്ടായിട്ടില്ല. അപ്പുവിന്റെ ദേഹത്ത് ബാധ കൂടിയിട്ടുണ്ടെങ്കിൽ ഒഴിപ്പിക്കണം. അതിന് അഥർവം പഠിച്ചിട്ടുള്ള, ദുഷ്ട ദേവതകളെ ഉപാസിക്കുന്ന മന്ത്രവാദികൾതന്നെ വേണ്ടിവരും. അല്ലെങ്കിലും മുമ്പു നടക്കാത്ത കാര്യങ്ങളാണല്ലോ തറവാട്ടിൽ ഇപ്പോൾ സംഭവിക്കുന്നത്.

മന്ത്രവാദിയെ വരുത്തി ബലികളയൽ കർമ്മം നടത്താമെന്ന് മേനോൻ ഉറപ്പിച്ചു. തങ്കമ്മയോടു പറഞ്ഞു. അവൾക്കു സന്തോഷമായി. ആരുണ്ട് ആഭിചാരക്രിയകളിൽ കേമനായിട്ട്? സ്വകാര്യമായി കുമാരനോടന്വേഷിച്ചു.

"ഒരാളുണ്ട് മൂത്താരേ."

"ആരാ?"

"രാമൻപൂശാരി. പനമണ്ണക്കാരനാ. ചുട്ടകോഴിയ പറപ്പിക്കുന്ന ആളാ മൂത്താരേ."

മന്ത്രവാദിയെ വിളിക്കണമെന്നു നിശ്ചയിച്ച നിലയ്ക്ക് ഒട്ടും അമാന്തം വേണ്ട. രാമൻപൂശാരിയെത്തന്നെ വരുത്താം. പുലർച്ചെ കുമാരനെ പനമണ്ണയ്ക്കു വിട്ടു.

വരാമെന്ന് രാമൻപൂശാരി സമ്മതിച്ചു. വടക്കുമ്പാട്ടുകര ദേശത്ത് ഒരു ദുരാത്മാവിന്റെ സാന്നിദ്ധ്യമുണ്ടെന്ന് പലരും പറഞ്ഞ് പൂശാരിയും കേട്ടിട്ടുണ്ട്.

കടുത്ത പ്രയോഗം വേണ്ടിവരും. ഉപാസനാമൂർത്തികളെ പ്രസാദിപ്പിക്കണം. കൂടെ നിർത്തണം. ചാരായം നേദിക്കണം. കോഴിച്ചോര കൊടുക്കണം. പണച്ചെലവുണ്ട്.

സമ്മതമാണെന്ന് കുമാരൻ. രാമൻപൂശാരി ഒരുക്കുമാനങ്ങളുടെ നീണ്ട ചാർത്തുണ്ടാക്കി. മഞ്ഞപ്പൊടി, അരിപ്പൊടി, കരിപ്പൊടി, ഇലപ്പൊടി, അവില്, മലര്, ശർക്കര, നാളികേരം, നിറച്ചുവെപ്പ്, തെങ്ങിൻ പൂക്കുല, വാഴത്തടി, ചാരായം കുപ്പി ഒന്ന്, പൂവൻകോഴി ഒന്ന്, പട്ട് അഞ്ചുമുഴം, ഇണമുണ്ട്, ചുട്ടിത്തോർത്ത് രണ്ട്, തെച്ചിപ്പൂവ്, അരളിപ്പൂവ്, ചെമ്പരത്തിപ്പൂവ്, പിന്നേയും കുറേ ലൊട്ടുലൊടുക്കു സാധനങ്ങൾ...

ഒരുക്കുമാനങ്ങളിൽ കുറവു വരാൻ പാടില്ല. ആഭിചാരത്തിൽ ഒട്ടും വിശ്വാസമില്ലാത്ത ആളാണ് ശിവരാമമ്മൂത്താര് എന്നല്ലേ കുമാരൻ പറഞ്ഞത്. പിന്നെന്തേ ഇപ്പോഴിങ്ങനെ ഒരു തോന്നലുണ്ടാവാൻ! മകൻകുട്ടിയുടെ മേത്ത് ബാധകൂടിയിട്ടുണ്ടെന്നാണ് കുമാരന്റെ പക്ഷം. ബലികളയൽ കർമ്മങ്ങളൊരുപാട് ചെയ്തിട്ടുണ്ടെങ്കിലും ഈ വയസ്സിനിടയ്ക്ക് ഒരു പ്രേതത്തെപ്പോലും രാമൻപൂശാരി

കണ്ടുമുട്ടിയിട്ടില്ല. ഏതു നട്ടപ്പാതിരയ്ക്കും ഏതു ചുടലപ്പറമ്പിനരികെക്കൂടിയും നടന്നുപോകാൻ പേടിയില്ല. അഥവാ അങ്ങനെ ആരെയെങ്കിലും കാണാനിടയായാൽത്തന്നെ, അപ്പോൾ പ്രയോഗിക്കേണ്ട മന്ത്രങ്ങൾ ഉരുക്കഴിച്ച് ഹൃദിസ്ഥമാക്കിയിട്ടുണ്ട്. ഒരുകൈ നോക്കാം. ഉപാസനാമൂർത്തികൾ തന്നെ ഇടത്തും വലത്തും മുമ്പിലും പിമ്പിലും കാത്തുകൊള്ളുമെന്ന് രാമൻപൂശാരി വിശ്വസിച്ചു.

വീട്ടുകാർക്ക് മന്ത്രവാദിയിൽ വിശ്വാസം വരണം. അതിനെന്താണ് വേണ്ടത്? മന്ത്രവാദകർമ്മങ്ങൾ അതികേമമാക്കണം. ബാധ ഒഴിഞ്ഞുപോയെന്ന് വീട്ടുകാർക്ക് ബോധ്യം വരണം. ബാധ പോകുന്ന പോക്കിൽ പടിപ്പുരവാതിൽ തുറക്കുന്നതും വലിച്ചടയ്ക്കുന്നതും ഒച്ചകൊണ്ടറിയണം. പടിപ്പുരയില്ലെങ്കിൽ കടമ്പായക്കഴികളിലൊന്നെങ്കിലും ഒടിച്ചിട്ടു പോയാലും മതി. അല്ലെങ്കിൽ, കുലച്ചുനിൽക്കുന്ന ഒരു വാഴ ഉന്തിത്തള്ളി മറിച്ചിട്ട് ബാധയ്ക്കുപോകാം. പൂശാരിയുടെ ശിങ്കിടിയൊരുത്തൻ തത്സമയം ഒളിച്ചുംപാത്തും വന്ന് കാര്യം സാധിച്ചു മടങ്ങിപ്പൊയ്ക്കോളും. ബാധ ഒഴിഞ്ഞുപോയി മൂത്താരേ എന്ന് രാമൻപൂശാരി വിളിച്ചു പറയുമ്പോൾ വീട്ടുകാർക്ക് സന്തോഷമാവും. പൂശാരിക്ക് മടി നിറയെ പണം കിട്ടും. ഇങ്ങനെചില ചൊട്ടുവിദ്യകൾ പ്രയോഗിച്ചാലല്ലേ അഞ്ചെട്ടു വയറുകൾ കഴിഞ്ഞുപോകൂ.

അടുത്ത വെള്ളിയാഴ്ച ഏഴരനാഴിക രാച്ചെന്ന നേരം രാമൻപൂശാരി ചേലക്കോട്ടെ പടിപ്പുര കടന്നുവന്നു. വലങ്കയ്യിൽ ചൂരൽവടി. ഇടങ്കയ്യിൽ വലിയൊരു ചാക്കുസഞ്ചി. ബലിക്കളയൽ കഴിഞ്ഞു മടങ്ങുന്നേരത്ത് അവിലും മലരും പഴവും തേങ്ങാമുറികളും തലയില്ലാത്ത കോഴിയും പൊതിഞ്ഞുകെട്ടി ചാക്കുസഞ്ചിയിൽ വെയ്ക്കുന്നു. ചാരായക്കുപ്പി കോർക്കുകൊണ്ട് മുറുകെയടച്ച് അതും സഞ്ചിയിൽ നിക്ഷേപിക്കുന്നു. പാതിര കഴിഞ്ഞാലും വിരോധമില്ല, വീട്ടിലെത്തി, കോഴിയെ പപ്പും പൂടയും പറിച്ച് കറിവെച്ചുകൊണ്ടുവരാൻ കെട്ടിയവളെ ഏൽപ്പിക്കുന്നു. ചാരായസേവ കഴിയുമ്പോഴേക്കും കോഴിക്കറി തയ്യാർ. കറികൂട്ടി സുഖമായി ഊണു കഴിച്ച് കോലായിൽ പായ നിവർത്തിയിട്ട് ബോധംകെട്ടുറങ്ങുന്നു.

അറുപതു വയസ്സിനപ്പുറത്താണ് രാമൻപൂശാരിയുടെ പ്രായമെങ്കിലും മെലിഞ്ഞ്, ഇരുമ്പുപോലെ ഉറച്ച ശരീരം. ചോരക്കണ്ണുകൾ. കഷണ്ടിമണ്ട. വന്നപാടേ കുളത്തിലിറങ്ങി മുങ്ങിക്കുളിച്ച്, ഇണമുണ്ടുതറ്റുടുത്ത്, ചുവന്നപട്ട് അരയിൽ ചുറ്റി, രാമൻപൂശാരി കിഴക്കേ കോലായിൽ മഞ്ഞൾപ്പൊടിയും അരിപ്പൊടിയും കരിപ്പൊടിയും ഇലപ്പൊടിയുംകൊണ്ട് കളം വരച്ചു. കളത്തിനുമുമ്പിൽ ഇടങ്ങഴിയിൽ നെല്ലും നെല്ലിനുമുകളിൽ നാഴിയിൽ ഉണങ്ങല്ലരിയും നിറച്ചുവെച്ചു. നിലവിളക്കു കൊളുത്തിവെച്ച്, വിളക്കിനു മുമ്പിൽ തേങ്ങയുടച്ചു

മലർത്തിവെച്ചു. അവിലും മലരും പഴവും ശർക്കരയും നാക്കില കളിൽ വിളക്കിനു മുമ്പിൽ നിരന്നു. പുത്തൻകലത്തിൽ ഗുരുതി കലക്കി, അതും വിളക്കിനുമുമ്പിൽ വെച്ചു. മഞ്ഞൾപ്പൊടിയും ചുണ്ണാമ്പും വെള്ളത്തിൽ ഞെരടിച്ചേർത്തുണ്ടാക്കുന്ന ഗുരുതിക്ക് കടുംചുവപ്പുനിറമാണ്. ഇത് ദുർമ്മൂർത്തികൾക്കു പാനംചെയ്യാനുള്ള ചോരയാണെന്നാണ് സങ്കൽപ്പം. ഗുരുതിക്കലത്തിനുചാരെ ചിരട്ട യിൽ ചാരായം.

മൂത്താരുകുട്ടിയെ നിർബന്ധിച്ച് കളത്തിനുനേർക്കുനേർ ഇരുത്തി. ഉച്ചത്തിൽ മന്ത്രങ്ങളുരുവിട്ടുകൊണ്ട് രാമൻപൂശാരി ഉപാസനാമൂർത്തി കളെ കളത്തിലേക്കാവാഹിച്ചു. കുടിക്കാൻ ഗുരുതിയും ചാരായവും നൽകി. കുമാരൻ കോഴിയെ തലയും കാലും ഒതുക്കിപ്പിടിച്ചു. പൂശാരി കോഴിയുടെ കഴുത്തറുത്ത് ചുടുചോര കളത്തിനു നടുവിൽ പ്രതിഷ്ഠിച്ച വാഴക്കണയിലിറ്റിച്ചു. ഉടലും തലയും മുറ്റത്തേക്കു വലി ച്ചെറിഞ്ഞു.

ബാധയാണെന്നു സങ്കൽപ്പിച്ച്, ചൂരലുകൊണ്ട് കളത്തിനുമുമ്പിൽ പിടിച്ചിരുത്തിയ പിണിയാളെ പെടയ്ക്കുന്നതാണ് പതിവു രീതി. ശിവരാമമ്മൂത്താരുടെ മകന്റെ പുറത്ത് ബാധയുടെ പേരിലായാലും ചൂരലുകൊണ്ടു പെടയ്ക്കാൻ ധൈര്യം വന്നില്ല. പകരം, അരികെ മുറിച്ചുവെച്ചിരുന്ന വാഴത്തടിയുടെ പുറത്ത് കണക്കിനു പ്രഹരിച്ചു.

"ഒഴിഞ്ഞുപോവില്ലേ?"

അന്നേരം പടിപ്പുരവാതിൽ തുറക്കുകയും അടയ്ക്കുകയും ചെയ്യുന്ന ഒച്ച കിഴക്കേ കോലായിൽ കേട്ടു.

"എല്ലാം മംഗളമായി, മൂത്താരേ. ബാധ ഒഴിഞ്ഞുപോയി. കേട്ടില്ലേ ബാധ പടിപ്പുര കടന്ന് ഓടിപ്പോയ കോലാഹലം?"

തങ്കമ്മയ്ക്കു സമാധാനമായി. കുമാരൻ അതിശയംപൂണ്ട് വായും തുറന്നുനിന്നു. മകനെന്ന ഈ ദുഷ്ടസന്തതിക്കുവേണ്ടിയാണല്ലോ ഈ ബഹളങ്ങളെന്ന് ശിവരാമമേനോൻ അകമേ അരിശംകൊണ്ടു.

കളം മായ്ച്ചു. ഗുരുതി കലക്കിയത് കുമാരൻ വാഴച്ചോട്ടിലൊഴിച്ചു. പൂജാദ്രവ്യങ്ങളും ഇണമുണ്ടും ചുട്ടിത്തോർത്തും ചാരായക്കുപ്പിയും തലയില്ലാത്ത കോഴിയും രാമൻപൂശാരി ചാക്കുസഞ്ചിയിൽ ഭദ്രമാ യൊതുക്കിവെച്ചു. കളം തൂത്തുവാരി, പൊടിയും നാക്കിലകളും കരി ന്തിരികളും വാഴപ്പോളകളും വേറൊരു പൊതിയാക്കിക്കെട്ടി. ഈവക സാധനങ്ങൾ ഒരാളും ചവിട്ടാനും മറികടക്കാനും പാടില്ല. പോകുന്ന വഴി ഈ കെട്ടിലുള്ളതത്രയും കല്ലങ്കുളത്തിലെ വെള്ളത്തിലൊഴുക്കി ക്കളയണം.

കരുതിയപോലെ മൂത്താര് വെറ്റിലയിൽ വെച്ച് മുന്നൂറുറുപ്പിക ദക്ഷിണയായിത്തന്നു. നിലാവുള്ള രാത്രിയായതുകൊണ്ട് ടോർച്ചിന്റെ ആവശ്യം വന്നില്ല. പൂശാരി വലിഞ്ഞു നടന്നു. ആറേഴു നാഴിക നടക്കണം വീട്ടിലെത്തിപ്പെടണമെങ്കിൽ.

കല്ലങ്കുളത്തിന്റെ വക്കത്തെത്തിയപ്പോൾ പൂശാരി നിന്നു. വീർത്ത ചാക്കുസഞ്ചി മേൽപ്പടവിൽ വെച്ച്, കൽപ്പടവുകളിറങ്ങി, കെട്ടിപ്പൊതിഞ്ഞുകൊണ്ടുവന്ന ബലിശേഷം വെള്ളത്തിലേക്ക് വലിച്ചെറിയാനായുമ്പോഴാണ് തൊട്ടുപിന്നിൽ ഒരു വിളികേട്ടത്.

"ബാധ ഒഴിഞ്ഞുപോയോ പൂശാരിമാമേ?"

രാമൻപൂശാരി ഞെട്ടിത്തിരിഞ്ഞു. പത്തുപതിനെട്ടു പ്രായം വരുന്ന ഒരു പെണ്ണ്. പാവാടയും ബ്ലൗസുമാണ് വേഷം. മുടി അഴിച്ചിട്ടിരിക്കുന്നു. നിലാവത്തും മുഖം കാണാൻ വയ്യ.

"കുട്ടി ഏതാ, എന്താ ഈ നേരത്ത് കുളത്തിന്റെ വക്കത്ത്?"

കുളത്തിൽ ചാടിച്ചാവാൻ വന്നതായിരിക്കുമോ ഭഗവതീ!

"എന്നെ മനസ്സിലായില്ലേ?"

"ഇല്ല."

"തരവത്തെ..."

"തരവത്തെ?"

"കാർത്ത്യായിനിയമ്മേടെ മകള്. ഇട്ടിച്ചിരി."

പൂശാരിയുടെ നിറുകന്തലയ്ക്കുതന്നെ ഇടിവാളുമിന്നി. കൊക്കരിണിയിൽ ചാടിച്ചത്ത...

പൂശാരി ഓടി. പിന്നിൽ, കുടമണി കുലുങ്ങുന്നതുപോലെ പെണ്ണിന്റെ ചിരി കേട്ടു. തിരിഞ്ഞുനോക്കണമെന്നുണ്ടായിരുന്നു. ധൈര്യം വന്നില്ല.

പൂശാരിയുടെ ചൂരലും വീർത്ത ചാക്കുസഞ്ചിയും അയാളെക്കാത്ത് പുലരുന്നതുവരെ കുളത്തിന്റെ കരയ്ക്കിരുന്നു. പുലർച്ചെ ആ വഴി മണപ്പിച്ചു വന്ന തെണ്ടിപ്പട്ടിക്ക് കുശാലായി. ചാക്കുസഞ്ചി കടിച്ചുപൊളിച്ച് തലയില്ലാത്ത പൂവങ്കോഴിയെ കടിച്ചെടുത്ത് പട്ടി സ്ഥലംവിട്ടു.

ഒമ്പത്

രാമൻപൂശാരിയുടെ മന്ത്രശക്തികൊണ്ടോ എന്തോ ഇട്ടിച്ചിരിയുടെ ഓർമ്മകൾ ശേഖരൻകുട്ടിയുടെ ഉള്ളിൽനിന്നു മാഞ്ഞുതുടങ്ങി. ആ നശിച്ച രാത്രി. അന്ന് ആലിന്റെ മുകളിൽനിന്ന് ഇട്ടിച്ചിരിയുടെ വിളി കേട്ടുവെന്നു തോന്നിച്ചത് മനസ്സിന്റെ വിഭ്രമമായിരിക്കണം. അല്ലെങ്കിൽ തലേന്നു കഴിച്ച മദ്യത്തിന്റെ മായാജാലം.

ഞാനെന്തിന് വീട്ടിനകത്ത് ചടഞ്ഞുകൂടിയിരിക്കണമെന്ന് ശേഖരൻകുട്ടി ചിന്തിച്ചു. ഇട്ടിച്ചിരിയുടെ മരണത്തിനുത്തരവാദിയാരെന്ന് പൊലീസിനു കണ്ടെത്താൻ കഴിഞ്ഞിട്ടില്ല. ആ പെണ്ണിന്റെ കൊലപാതകത്തിന്റെ ഫയൽ തെളിയാത്ത കേസുകളുടെ കൂട്ടത്തിൽ മജിസ്ട്രേറ്റുകോടതിയിൽ കെട്ടിവെച്ചിരിക്കുന്നു.

രാമൻപൂശാരിയുടെ മന്ത്രവാദത്തിലോ അയാൾ കെട്ടിക്കൊടുത്ത ചരടിന്റെ മന്ത്രശക്തിയിലോ അവനു വിശ്വാസമുണ്ടായില്ല. അച്ഛനും അമ്മയുമറിയാതെ എങ്ങനെ കയ്യിൽ കെട്ടിയ ചരടഴിച്ചു ദൂരെക്കളയുമെന്നായിരുന്നു അവന്റെ ആലോചന. എന്തായാലും കെട്ടിപ്പോയില്ലേ. കുറച്ചു ദിവസം കഴിയട്ടെ.

അമ്പലവട്ടത്തെ ആൽത്തറയിൽ ഇപ്പോഴും കൂട്ടുകാർ വെടി പറഞ്ഞിരിക്കുന്നുണ്ടാവുമെന്ന് ശേഖരൻകുട്ടി ഊഹിച്ചു. അവരോടൊത്തു മേളിക്കണമെന്ന മോഹം കലശലായപ്പോൾ, ഒരുനാൾ നാലുമണിച്ചായക്കുശേഷം അവൻ പടിപ്പുര കടന്ന് പാടത്തേക്കിറങ്ങി. കൊക്കരിണിപ്പറമ്പിന്റെ ഓരത്തു കൂടി വേണം ശിവന്റെ അമ്പലത്തിലേക്കു പോകാൻ. ഒരു മനശ്ചാഞ്ചല്യവും കൂടാതെ അവൻ കൊക്കരിണിപ്പറമ്പും കടന്ന് പാടവരമ്പുകൾ താണ്ടി മുന്നോട്ടു നടന്നു.

പ്രതീക്ഷിച്ചപോലെ ചങ്ങാതികൾ ആൽത്തറയിലുണ്ടായിരുന്നു. നീണ്ട ഇടവേളയ്ക്കുശേഷം ശേഖരൻകുട്ടി കൽപ്പടവുകൾ കേറി

വരുന്നതു കണ്ട് അവർ ആർപ്പു വിളിച്ചു. ഇവൻ മദിരാശിയിലേക്ക് ഇംഗ്ലീഷിൽ മേൽപഠനത്തിനു പോയതാണെന്ന് കേട്ടുകേൾപ്പിച്ച് ചങ്ങാതിമാരും അറിഞ്ഞിട്ടുണ്ടായിരുന്നു. വലിയ പദവിയിലെത്തും ശേഖരൻകുട്ടിയെന്ന് അവർക്കുറപ്പുണ്ട്. കൂട്ടത്തിലൊരാൾ വലിയ ഉദ്യോഗസ്ഥനായിട്ടോ പേരുകേട്ട വക്കീലായിട്ടോ വിലസുന്നത് അവർക്കും സന്തോഷമുള്ള കാര്യമാണ്.

ശേഖരൻകുട്ടി പഴയ അപ്പുവായി. തമാശകൾ പറഞ്ഞും ചിരിച്ചും അവർ നേരം പോക്കി. അസമയത്ത് ഒരു പെണ്ണിനെ ഇടവഴികളിലും പാടവരമ്പത്തും കണ്ടുവെന്ന് അവരും കേട്ടിരുന്നു.

"അത് നമ്മടെ കല്യാണീടെ മകളാവും. ആളെപ്പിടിക്കാൻ തള്ള പറഞ്ഞയക്കുന്നതായിരിക്കും."

മേലെപ്പാട്ടെ കേശവൻകുട്ടിക്ക് അങ്ങനെയാണ് തോന്നിയത്. അതാണ് ശരിയെന്ന് മറ്റുള്ളവരും സമ്മതിച്ചു. അവളെ എവിടേയെങ്കിലുംവെച്ചു കണ്ടുമുട്ടണേ എന്ന് അവർ മോഹിച്ചു.

പാടത്തിനക്കരെ സൂര്യൻ അസ്തമിക്കാൻ വട്ടംകൂട്ടുന്നതുകണ്ട് ശേഖരൻകുട്ടി ആൽത്തറയിൽനിന്നെണീറ്റു. സന്ധ്യമയങ്ങുന്നതിനു മുമ്പേ വീട്ടിലെത്തണമെന്ന തോന്നൽ.

"ഇരിക്കെടോ. നിന്നെ ഞാൻ വീട്ടിൽ കൊണ്ടാക്കാം." കേശവൻകുട്ടി വാക്കു പറഞ്ഞെങ്കിലും ശേഖരൻകുട്ടി നിന്നില്ല.

കൊക്കരിണിപ്പറമ്പു താണ്ടി തറവാടിന്റെ പടിപ്പുരയോളം നീളുന്ന വലിയ വരമ്പത്തുകൂടി നടക്കുമ്പോൾ ആരോ പിന്തുടരുന്നുണ്ടെന്നൊരു തോന്നൽ. ആവുന്നത്ര വേഗത്തിൽ നടന്നു. പേടി മനസ്സിന്റെ സൃഷ്ടിയാണെന്ന ബോധമുണ്ട്. എങ്കിലും...

പടിപ്പുരവാതിൽ തള്ളിത്തുറന്ന് അകത്തേക്കു കാലെടുത്തു വെച്ചപ്പൊഴേ ശ്വാസം നേരെ വീണുള്ളൂ. മുറ്റത്തേക്കുള്ള ഒതുക്കുകൾ കേറുമ്പോൾ കാലിടറി. മുമ്പോട്ടാഞ്ഞെങ്കിലും വീണില്ല. കരിങ്കല്ലിൽ ഇരടിമുട്ടി തള്ളവിരൽ ചെറുതായി മുറിഞ്ഞു. ചോര കിനിയുന്നു.

അമ്മ തുളസിത്തറയിൽ അന്തിത്തിരി വെക്കുകയാണ്.

അപ്പുവിന്റെ വെപ്രാളം കണ്ട് അമ്മ ശങ്കിച്ചു നിന്നു.

"എന്താടാ എന്തുപറ്റി?"

"ഒന്ന് ഇരടി മുട്ടി."

"എവടെ?"

ശേഖരൻകുട്ടി മുറ്റത്തേക്കു കേറുന്ന കല്ലൊതുക്കിലേക്കു വിരൽ ചൂണ്ടി.

“നോക്കി നടക്കണ്ടെ. പുറത്തു പോണതൊക്കെ ശരി. ഇരുട്ടാക്കരുത്. വാ, അമ്മ അട്ടക്കരി വെളിച്ചെണ്ണേൽ ചാലിച്ചു വെച്ചുതരാം.”

“അതൊന്നും വേണ്ടമ്മേ. അത്രയ്ക്കൊന്നും പറ്റീട്ടില്യ.”

“വേണ്ടെങ്കിൽ വേണ്ട. മേക്കഴുകി വാ. ചെല്ല്.”

കുളത്തിലേക്കു പോകുന്ന കാര്യമോർത്തപ്പോൾ പേടി തോന്നി.

“വേണ്ട. കൊട്ടത്തളത്തിൽ കയ്യും കാലും കഴുകിക്കോളാം.”

അമ്മ നിർബന്ധിക്കാൻ പോയില്ല.

പത്ത്

ബി.എ. പരീക്ഷയുടെ ഫലം വന്നു. ഫസ്റ്റ് ക്ലാസുണ്ട്. തപാൽ ശിപായിയാണ് കോളേജിൽനിന്നയച്ച കത്തു കൊണ്ടുവന്നു തന്നത്.

ഭാവി പരിപാടികൾ പ്ലാൻ ചെയ്യണം. പാലക്കാട്ടു പോകണം. കുറച്ചു ദിവസം രാമേട്ടന്റെ ലോഡ്ജിൽ തങ്ങാം. വക്കീൽഭാഗത്തിനു ചേരാം. അതായിരിക്കും ഈ അവസ്ഥയിൽ നല്ലത്. ലോകോളേജ് മദിരാശിയിലാണ്. അഡ്മിഷൻ കിട്ടാതിരിക്കില്ല. പാലക്കാട്ടു നിൽക്കാനോ എം.എ. ഇംഗ്ലീഷിനു ചേരാനോ ഉത്സാഹം തോന്നിയില്ല; ഇഷ്ടവിഷയമാണ് ഇംഗ്ലീഷെങ്കിലും.

പാലക്കാട്ടെന്തായാലും ഇനി താമസിക്കാൻ വയ്യ. ഹേമയുടെ ഓർമ്മകൾ കുത്തിനോവിച്ചുകൊണ്ടിരിക്കും. ഗോവിന്ദാപുരം എന്ന ബോർഡ് നെറ്റിയിൽ വെച്ച് ഓടിക്കൊണ്ടിരിക്കുന്ന ബസ്സുകളും കളക്ടറേറ്റും പ്ലിമത്ത് കാറുകളും ഒട്ടും സുഖമുള്ള കാഴ്ചകളാവില്ല.

അച്ഛനോടാലോചിക്കാൻ പോയില്ല. അച്ഛനിപ്പോഴും ശത്രുവിനെപ്പോലെയാണ് മകനെ കാണുന്നത്. അല്ലെങ്കിൽത്തന്നെ ഈ കൂപമണ്ഡൂകങ്ങളോട് അഭിപ്രായം ചോദിച്ചിട്ടെന്താണ്! തുടർന്നു പഠിക്കണമെങ്കിൽ അച്ഛൻ പണം തരും. അതുറപ്പാണ്.

ചങ്ങാതിമാരൊത്ത് ആൽത്തറയ്ക്കൽ സൊറ പറഞ്ഞിരിക്കുന്നത് രസമുള്ള കാര്യംതന്നെ. ചെറിയ ക്ലാസുകളിൽ പഠിക്കുമ്പോഴുണ്ടായിരുന്ന കൂട്ടുകാരാണെല്ലാവരും. ഗോട്ടി കളിച്ചും ആട്ടക്കളം നിന്നും മാവായ മാവുകൾക്കു കല്ലെറിഞ്ഞും കടന്നുപോയ കാലങ്ങൾ. വലിയ മോഹങ്ങളില്ലാത്തവരാണവരൊക്കെ. ചെറിയ ജോലികളേ അവർക്കു സങ്കൽപ്പിക്കാനാവൂ. തട്ടിയും മുട്ടിയും ബെഞ്ചു മറിഞ്ഞും എങ്ങനേയോ പത്താംക്ലാസുവരെയെത്തി, അവരിൽ ചിലർ. ചിലർ വഴിയിൽ കിടന്നു. ഒന്നും ശരിയാവുന്നില്ലെങ്കിൽ ബോംബേയ്ക്കു വണ്ടി കേറാമെന്ന് മനസ്സിലുറപ്പിച്ചവരുണ്ട് കൂട്ടത്തിൽ. മേലെപ്പാട്ടെ കേശവൻകുട്ടി അതാണുന്നം വെയ്ക്കുന്നത്.

അമ്പലത്തിൽ തൊഴാൻ വരുന്ന കുമാരിമാരും മുണ്ടും വേഷ്ടിയുമുടുത്ത യുവതികളും ആനന്ദം തരുന്ന കാഴ്ചകളാണ്. ഹേമ കൈവിട്ടു പോയെങ്കിലെന്ത്? ആ തടിച്ചിപ്പെണ്ണിനേക്കാൾ സുന്ദരിമാരുണ്ട് നാട്ടുമ്പുറക്കാരികളായ ഈ തരുണീമണികളുടെ കൂട്ടത്തിൽ. ഇട്ടിച്ചിരിയേക്കാൾ ചന്തമുള്ള കുട്ടികൾ.

മുപ്പട്ടു തിങ്കളാഴ്ച.

അമ്പലത്തിലിന്ന് പതിവിലധികം തിരക്കുണ്ട്. തിങ്കളാഴ്ചനോമ്പ് സ്ത്രീകൾക്കു പ്രിയപ്പെട്ടതാണല്ലോ. അനുരൂപനായ പുരുഷൻ ഭർത്താവായി വരാനും വിവാഹിതകളാണെങ്കിൽ ദീർഘമംഗല്യഭാഗ്യത്തിനും. അമ്മയ്ക്കും തിങ്കളാഴ്ചനോമ്പുണ്ട്; തൊഴാൻ അമ്പലത്തിൽ വരാറില്ലെങ്കിലും. അതു നന്നായി.

ശേഖരൻകുട്ടിയും കൂട്ടുകാരും ആൽത്തറയിൽ കാൽതൂക്കിയിട്ട് നിരന്നിരുന്നു. കൽപ്പടവുകൾ കേറിവരുന്ന പെൺകിടാങ്ങളെ ആവോളം കണ്ടു രസിച്ചു. ആൽത്തറയുടെ അരികിലൂടെ വേണം അവർക്ക് അമ്പലമുറ്റത്തേക്കു പോകാൻ. അവരിലാർക്കാണ് അധികം ചന്തമെന്ന് കൂട്ടുകാർ തമ്മിൽ തർക്കിച്ചു. മുഖച്ചന്തത്തിനും ആകാരവടിവിനും അവയവങ്ങളുടെ മുഴുപ്പിനും പ്രത്യേകം മാർക്കിട്ടു. പെൺകുട്ടികൾ കേൾക്കേ അശ്ലീലച്ചുവയുള്ള തമാശകൾ പറഞ്ഞു.

ചോര കുടിക്കുന്ന ഓന്തുകൾ ആൽത്തറയിലിരിപ്പുണ്ടെന്ന് പെൺകിടാങ്ങൾ തിരിച്ചറിഞ്ഞിട്ടുണ്ട്. അവരുടെ തമാശകൾ കേട്ട് കിടാങ്ങൾക്കു നാണം വന്നു. പോകുന്നപോക്കിൽ അവർ ഒരു വട്ടമെങ്കിലും തിരിഞ്ഞുനോക്കി. അതുകൊണ്ടുമാത്രം ശേഖരൻകുട്ടി തൃപ്തിപ്പെട്ടില്ല. അവൻ ഉന്നതകുലജാതനും വിദ്യാസമ്പന്നനും പട്ടണപ്പരിഷ്കാരിയുമാണ്. അവന്റെ മനസ്സ് ആരിലേക്കു ചായുന്നുവോ, അവളെ പ്രണയത്തിന്റെ വലയിൽ കുരുക്കാനും തന്നിലേക്കടുപ്പിക്കാനും അപാരവിരുതുണ്ടെന്ന് അവന് ആത്മവിശ്വാസമുണ്ട്.

ഹേമയുടെ കാര്യത്തിൽ പിഴവുപറ്റിപ്പോയി. ഒന്നു കെട്ടിപ്പിടിക്കാനോ, കവിളത്തൊരുമ്മ കൊടുക്കാനോ മുതിരുകയുണ്ടായില്ല. അനാഘ്രാത കുസുമമായിവേണം മണിയറയിൽ അവൾ കടന്നുവരാൻ. അവൾ ഇത്ര ചഞ്ചലചിത്തയാണെന്നറിഞ്ഞിരുന്നെങ്കിൽ, ഗോപാലമേനോന്റെ തോട്ടത്തിൽ വിളഞ്ഞ തേന്മാമ്പഴം നേരത്തേ സ്വാദുനോക്കാമായിരുന്നു. നിരാശപ്പെട്ടതുകൊണ്ടെന്തു ഫലം!

ഒന്നല്ല, രണ്ടബദ്ധങ്ങൾ പറ്റി. ഒന്ന് ഇട്ടിച്ചിരിയുടെ കാര്യത്തിൽ. ഇപ്പോൾ ഹേമ. ഇനിയൊരബദ്ധം സംഭവിക്കരുത്. വാസനയുള്ള പൂക്കൾ വിടരുന്നത് ഇറുത്തെടുക്കാനും മണത്തു നോക്കാനുമാണ്. മണം നഷ്ടപ്പെട്ടാലും ഇറുത്തെടുക്കുന്ന പൂവിനെ കീശയിലിട്ടു നടക്കുന്നതായിരിക്കാം ലോകസ്വഭാവം. പക്ഷേ, എനിക്കെന്റെ വഴി.

പെൺകിടാങ്ങൾ തൊഴുതു മടങ്ങുന്നതു നോക്കിയിരുന്നതു കൊണ്ട് സൂര്യനസ്തമിച്ചതും സന്ധ്യ തുടുത്തിരുണ്ടു തുടങ്ങിയതും ശേഖരൻകുട്ടി ശ്രദ്ധിച്ചില്ല. വേഗം ആൽത്തറയിൽനിന്നു ചാടിയിറങ്ങി. കൂട്ടുകാരോടു യാത്രപറഞ്ഞ് ധൃതിയിൽ പടവുകളിറങ്ങി.

തൽസമയം ഒരു പെൺകുട്ടി മുമ്പേ നടന്നുപോകുന്നത് ശേഖരൻകുട്ടി കണ്ടു. ആരാണീ സുന്ദരി? വെളുത്ത നിറം. നിതംബം കവിയുന്ന മുടി വിതർത്തിയിട്ടിരിക്കുന്നു. പാവാടയും ബ്ലൗസും. കടഞ്ഞെടുത്ത മേനി. മുഖം കണ്ടില്ലെങ്കിലും ചന്തമുള്ള കുട്ടിയാണെന്ന് അവൻ ഊഹിച്ചു. ഇവൾ തൊഴാൻ വരുന്നതും തൊഴുതു മടങ്ങുന്നതും കൽപ്പടവുകളിറങ്ങുന്നതും കണ്ടതേയില്ലല്ലോ!

ശേഖരൻകുട്ടി പെൺകിടാവിനോടൊപ്പമെത്തി.

"ഏയ്..."

ആണൊരുത്തന്റെ വിളി കേട്ട് അവൾ തിരിഞ്ഞുനിന്നു. തച്ചാട്ടെ പത്മിനി. സുന്ദരിക്കുട്ടി.

പത്മിനി ശേഖരൻകുട്ടിയെ നോക്കിച്ചിരിച്ചു.

"ശേഖരേട്ടൻ ബി.എ. പാസ്സായി, ല്ലേ?"

"പത്മിനിയോടാരാ പറഞ്ഞത്?" അവളുടെ ഒപ്പം നടന്നുകൊണ്ട് ശേഖരൻകുട്ടി ചോദിച്ചു.

"നാട്ടിലാരാ അറിയാത്തത്, നിക്കു സന്തോഷായീട്ട്വോ."

"അമ്പലത്തിൽ കണ്ടില്ലല്ലോ?"

"ശേഖരേട്ടൻ കൂട്ടുകാരോടു വർത്തമാനം പറഞ്ഞിരിക്ക്യായിരുന്നില്ലേ, പാവങ്ങളെ കാണില്ലലോ. കണ്ടാലും ശ്രദ്ധിക്കില്ലലോ."

"അയ്യോ, ശരിക്കും ഞാൻ പത്മിനിയെ കണ്ടില്ല."

"ഞങ്ങൾ നാലഞ്ചു കൂട്ടുകാരികളുണ്ടായിരുന്നു. ഒന്നിച്ചാ തൊഴാൻ വന്നത്. അവരൊക്കെ നേർത്തെ മടങ്ങി. ഞാൻ ഇത്തിരി താമസിച്ചു. അച്ഛന്റെ പേർക്ക് ഒരു മൃത്യുഞ്ജയഹോമം ഏർപ്പാടാക്കി. നാളെ അച്ഛന്റെ പിറന്നാളാ. കഷ്ടകാലാത്രെ അച്ഛന്. ഇരുട്ടായിത്തൊടങ്ങീലൊ. പേട്യാവുണൂ. ശേഖരേട്ടൻ ഒന്നു വീടുവരെ തുണ വര്വോ?"

"അതിനെന്താ കുട്ടീ. ധൈര്യായിട്ടു നടന്നോളൂ. ഞാനുണ്ട് കൂടെ."

ശേഖരേട്ടന്റെ വാക്കുകൾ പത്മിനിക്ക് സന്തോഷം പകർന്നു.

അവർ ചെറിയ വരമ്പത്തേക്കിറങ്ങി. പത്മിനി മുമ്പിലും ശേഖരൻകുട്ടി തൊട്ടുപിന്നിലായും. കുറച്ചകലെ കൊക്കരിണിപ്പറമ്പ്. കൊക്കരിണിപ്പറമ്പിനെ വലംവെച്ചുവേണം പത്മിനിക്ക് തച്ചാട്ടേക്കു

പോകാൻ. സന്ധ്യനേരത്ത് കൊക്കരിണിപ്പറമ്പുവഴി പോകാൻ അവൾക്കു പേടി തോന്നുന്നുണ്ടാവും. കൊക്കരിണിയിലാണല്ലോ ഇട്ടിച്ചിരിയുടെ ശവം പൊങ്ങിയത്.

ഇട്ടിച്ചിരിയുടെ ജീവനെടുത്ത കാലനാണ് ശേഖരേട്ടന്റെ രൂപത്തിൽ കൂടെ നടക്കുന്നതെന്ന് പത്മിനിക്കറിയില്ലല്ലോ. ഇല്ല കുട്ടീ. ശേഖരേട്ടനൊരബദ്ധം പറ്റിയതല്ലേ. ഇനിയൊരു പെണ്ണിന്റെ ജീവൻ ശേഖരേട്ടനെടുക്കേണ്ടി വരില്ല. എനിക്കു നിന്നെ വേണം. ഭാര്യയായിട്ടല്ല. കാമുകിയായിട്ട്. ഒരു പോറലുപോലും നിനക്കേൽപ്പിക്കാതെ, ഒരു വിത്തുപോലും നിന്നിൽ മുളപ്പിക്കാതെ, നിനക്ക് ആനന്ദം മാത്രം പകർന്നുതന്നുകൊണ്ട്, നിന്റേതാവാൻ നീ മോഹിക്കുന്ന ശേഖരേട്ടൻ ആകാശത്തുകൂടി ദൂരേക്കു പറന്നുപോകും. നീ സങ്കടപ്പെടും; ഒരു കോന്തൻ നായരെ ഭർത്താവായിക്കിട്ടുന്നതുവരെ മാത്രം.

വീതികുറഞ്ഞ വരമ്പാണെങ്കിലും പത്മിനിയോടൊപ്പം നടന്നുകൊണ്ട് ശേഖരേട്ടൻ പറഞ്ഞു: "നിന്നെ എനിക്കിഷ്ടാണ് പത്മിനി. ഒരുപാടൊരുപാട്."

അധികനേരം തിരശ്ശീല പിടിച്ചു കുടയാതെ അഴകിയ രാവണൻ ചുവടുകൾ വെച്ചു. മുദ്രകൾ കാട്ടി.

പത്മിനിയുടെ മുഖം നാണംകൊണ്ടു തുടുക്കുന്നത് വറ്റിയ വെളിച്ചത്തിലും ശേഖരൻകുട്ടി കണ്ടു.

"എന്തെങ്കിലും പറയൂ എന്റെ പപ്പിക്കുട്ടീ."

"എനിക്കും..."

"എനിക്കും?"

"ഏട്ടനെ ഇഷ്ടാണ്."

"എത്രത്തോളം?"

"ആകാശത്തോളം." പത്മിനി മേലേക്കു മുഖമുയർത്തി.

മതി. അവൾ വീണു.

"എനിക്ക് സർക്കാരാപ്പീസിൽ ഉയർന്ന ജോലി കിട്ടും. നിന്നെ ഞാൻ താലികെട്ടി പാലക്കാട്ടേക്കു കൊണ്ടുപോവും. പത്മിനി, എന്റെ റാണിയായി, വലിയ ബംഗ്ലാവിൽ, ഇരിക്കണമ്മയും വേലക്കാരികളുമായി വാഴും."

അവനവളെ ചേർത്തുപിടിച്ചു. പത്മിനി അനുസരണയോടെ ശേഖരേട്ടനോടൊട്ടിനടന്നു. കൊക്കരിണിയുടെ ഓരംചേർന്നു പോകുന്ന വരമ്പത്തെത്തി. ഇപ്പോൾ ശേഖരൻകുട്ടി മുമ്പിലും പത്മിനി പിന്നാലേയുമായി.

കൊക്കരിണിപ്പറമ്പിനോടു സമീപിച്ചുകൊണ്ടിരിക്കേ ശേഖരൻ കുട്ടിയുടെ ഹൃദയമിടിപ്പ് ഉച്ചത്തിലായി. ഇതാണ് പറ്റിയ അവസരം. ഇതുപോലൊരവസരം പിന്നീടു കിട്ടിയെന്നു വരില്ല. ഹേമയുടെ കാര്യത്തിൽ നിരാശപ്പെടേണ്ടിവന്നത് അവസരങ്ങൾ ഒരു മന്ദബുദ്ധി യെപ്പോലെ കളഞ്ഞുകുളിച്ചതിനാലാണ്.

സന്ധ്യ നിശ്ശേഷം വറ്റി. ഇരുട്ടു വീണുതുടങ്ങി. ഒരൽപ്പം താമസി ച്ചാലും കുഴപ്പമില്ല. കുപ്പായത്തിനടിയിൽ രണ്ടു കട്ടയുടെ ടോർച്ചുണ്ട്. ശേഖരൻകുട്ടി ചുറ്റുപാടും നോക്കി. ദൃഷ്ടി ചെല്ലുന്നേടത്തൊന്നും ഒരു മനുഷ്യജീവിയേയും കാണുന്നില്ല. അവൻ പത്മിനിയുടെ കൈ പിടിച്ചു.

"വാ പത്മിനി, നമുക്ക് ഈ പറമ്പിൽ ഇത്തിരിനേരം സ്വൈരാ യിരുന്നു സംസാരിച്ചിട്ടു പോവാം."

"ആരെങ്കിലും കണ്ടാലോ?"

"ആരും കാണില്ല. ഈ വഴിക്ക് ഈ സമയത്ത് ആരും വരില്ല."

"നിക്കു പേടിയാവുണൂ."

"ഞാനില്ലേ കൂടെ?"

അവർ കൊക്കരിണിപ്പറമ്പിലേക്കു കേറി. കൊക്കരിണിയുടെ വക്കോളം ശേഖരൻകുട്ടി പത്മിനിയെ കൂട്ടി നടന്നു. കൊക്കരിണി യുടെ വക്കരം കാണാത്തവിധം പുല്ലും ചെടിയും വളർന്നു മുറ്റിയിരി ക്കുന്നു. കുമാരനോ പണിക്കാരോ അടുത്തകാലത്തൊന്നും ഇവി ടേക്കു തിരിഞ്ഞുനോക്കിയിട്ടില്ലെന്നു വ്യക്തം. കൊക്കരിണിയുടെ ആഴത്തിലേക്ക് ഒരുവട്ടം എത്തിനോക്കണമെന്നുണ്ടായിരുന്നു. ധൈര്യം വന്നില്ല.

ഇട്ടിച്ചിരിയെന്ന അസത്തുപെണ്ണിനെ മനഃപൂർവം മറക്കാൻ ശ്രമിച്ചുകൊണ്ട് ശേഖരൻകുട്ടി കൊക്കരിണിക്കു പുറംതിരിഞ്ഞു നിന്നു.

പത്മിനി ശേഖരേട്ടന്റെ മാറിൽ തലചായ്ച്ചു. ഒരു കൈകൊണ്ട് അവളെ തന്നിലേക്കടുപ്പിച്ച്, മറുകൈകൊണ്ട് അവളുടെ പനിനീർപൂ പോലുള്ള മുഖം പിടിച്ചുയർത്തി, ചുണ്ടിൽ ചുണ്ടുചേർക്കാനാഞ്ഞു.

ആ നിമിഷം ശേഖരൻകുട്ടി ഞെട്ടിത്തരിച്ച് പിന്നാക്കം മാറി.

ഇട്ടിച്ചിരി!

ഇട്ടിച്ചിരിയുടെ കണ്ണുകൾ അഗ്നിഗോളങ്ങൾപോലെ കത്തിയെരി യുന്നു. അലറിവിളിക്കാൻ ശ്രമിച്ചെങ്കിലും ഒച്ച തൊണ്ടയിൽ കുരുങ്ങി.

ഞാനിപ്പോൾ തെക്കേ അറയിൽ ഉറങ്ങിക്കിടക്കുകയാണോ, ഉറക്കത്തിൽ സ്വപ്നം കാണുകയാണോ! ഇത്തിരിമുമ്പേ പത്മിനിയെ

ചേർത്തുപിടിച്ച് പറമ്പിലേക്ക് കേറിവന്നത് ഓർമ്മയുണ്ട്. ഇതു സ്വപ്നമല്ല. നേരെ മുമ്പിൽ നിൽക്കുന്നത് പത്മിനിയല്ല. ഇട്ടിച്ചിരിയുടെ പ്രേതം! ഈ ദുരാത്മാവ് പത്മിനിയുടെ രൂപത്തിൽ കാത്തുനിന്നതായിരിക്കണം, അമ്പലപ്പടവുകൾക്കു താഴെ വലിയ വരമ്പത്ത്.

"അപ്പേട്ടാ..." പുളിങ്കുരുപോലുള്ള ചുവന്ന പല്ലുകൾ കാണിച്ചുകൊണ്ട് ഇട്ടിച്ചിരി വിളിച്ചു. അവൾ ചിരിക്കുകയാണ്. കുടമണി കുലുങ്ങുന്നതുപോലുള്ള അതേ ചിരി. ശേഖരൻകുട്ടി സർവാംഗം വിറകൊണ്ടു. കത്തുന്ന ആ കണ്ണുകളിലേക്കുതന്നെ നോക്കിക്കൊണ്ട് അവൻ സാവകാശം പിറകോട്ട് അടിവെച്ചടിവെച്ചു നീങ്ങി.

ഇട്ടിച്ചിരി ഇരുകൈയും നീട്ടി. ശേഖരൻകുട്ടി അകന്നുമാറുന്തോറും ഇട്ടിച്ചിരിയുടെ കൈകൾ നീണ്ടുവന്നു. ഇട്ടിച്ചിരിയുടെ നീണ്ടുവരുന്ന കൈകളിൽനിന്നു രക്ഷപ്പെടാനുള്ള തത്രപ്പാടിൽ, പാതിബോധവും നഷ്ടപ്പെട്ട ശേഖരൻകുട്ടി കൊക്കരിണിയുടെ വക്കരവും കഴിഞ്ഞ് ആഴത്തിലേക്കു കാൽവെച്ചു. കൊക്കരിണിയുടെ അടിയിലേക്കു കെട്ടിയിറക്കിയ ഒറ്റക്കൽപ്പടവിനു മുകളിലേക്ക് അവൻ നിറുകന്തലയിടിച്ചു വീണു. തെന്നിത്തെറിച്ച് വെള്ളത്തിലേക്കു മറിഞ്ഞു.

കൊക്കരിണി പ്രതിഷേധിക്കുകയും ഇളകിമറിയുകയും ചെയ്തു. സാവധാനം വെള്ളം ഓളമൊടുങ്ങി നിശ്ചലമായി. ശേഖരൻകുട്ടിയുടെ ചേതനയറ്റ ശരീരം കൊക്കരിണിയുടെ അടിത്തട്ടിലേക്കു താണു.

വെള്ളത്തിനപ്പോൾ ചോരനിറമായിരുന്നു.

പതിനൊന്ന്

വടക്കേപുറത്ത് ഒരു കാക്കയുടെ പതിവില്ലാത്ത വിളികേട്ടു കൊണ്ടാണ് തരവത്തുവീട്ടിൽ കാർത്ത്യായിനിയമ്മ ഉറക്കമുണർന്നത്. നേരം വെളുത്തുവരുന്നേ ഉള്ളൂ. മകൾ മരിച്ചതിൽപിന്നെ കാലത്തെണീക്കണമെന്നോ കുളിച്ചു കുറിയിടണമെന്നോ അടുപ്പു കത്തിക്കണമെന്നോ കഞ്ഞിക്കരിയിടണമെന്നോ ഉത്സാഹം തോന്നാറില്ല. എന്നിട്ടും മനയ്ക്കൽപോക്കു നിർത്തിയില്ല.

പകലന്തിയോളം മനയ്ക്കലെ പണിവലിച്ച് അന്തിമയങ്ങുന്നേരം വിട്ടിൽവന്നു കേറി. ഓലപ്പായ നിവർത്തി ചുരുണ്ടു കിടന്നു.

മൂത്ത മകൾ അമ്മയെ തൃശ്ശിനാപ്പിള്ളിയിലേക്കു വിളിച്ചു. വേണ്ട. എന്റെ മകളുടെ ആത്മാവ് ഈ വളപ്പിൽ ചുറ്റിത്തിരിയുന്നുണ്ടാവും. ഉറങ്ങാൻനേരം എന്റെ പായിൽ എന്റെ കുട്ടിയും കൂട്ടുകിടക്കാൻ വരും. കാണാത്ത കൈകൊണ്ട് അവൾ അമ്മയെ കെട്ടിപ്പിടിച്ചു കിടക്കും.

കാർത്ത്യായിനിയമ്മ വടക്കേ വാതിലു തുറന്നു. ഇറയത്തു തൂക്കിയിട്ട കുഞ്ഞോലവട്ടിയിൽനിന്ന് ഉമിക്കരിയെടുത്ത് കിണറ്റിങ്കരയിൽ ചെന്നു. പല്ലുതേച്ചു.

വടക്കേ മുറ്റത്തിനരികിൽ നിൽക്കുന്ന മുരിങ്ങമരത്തിന്റെ കൊമ്പിലിരിക്കുന്നുണ്ട് ഒരു കാക്ക. കാക്ക കാർത്ത്യായിനിയമ്മയെ നോക്കി, കാ... കാ... എന്നു വിളിച്ചുകൊണ്ടിരുന്നു.

കാർത്ത്യായിനിയമ്മ വടക്കേ മുറ്റത്തുനിന്ന് അടുക്കളയിലേക്കു കടക്കുമ്പോഴും കാക്ക വിളിച്ചു. വിശന്നിട്ടാവണം. പാവം.

വടക്കേ മുറ്റത്ത് എന്നും കാലത്ത് കാക്കകൾക്കു വറ്റിട്ടു കൊടുക്കുന്ന വീട്ടുകാരുണ്ട്. അങ്ങനെയൊരു ശീലം കാർത്ത്യായിനിയമ്മ ഉണ്ടാക്കിവെച്ചിട്ടില്ല. കാക്ക അതിരാവിലെ ഇതുപോലെ മരക്കൊമ്പത്തു വന്നിരുന്ന് വിളിക്കാറുമില്ല. ഇതെന്തതിശയം!

ഈ വന്നിരിക്കുന്നത് എന്റെ കുട്ടിയാണെങ്കിലോ. ഈശ്വരാ!

കാർത്ത്യായിനിയമ്മ വേഗം ഒരു നാക്കില മുറിച്ചു കൊണ്ടുവന്നു. ഇന്നലെ വെള്ളമൊഴിച്ചുവെച്ച ഇത്തിരി ചോറ് കലത്തിലുണ്ട്. കുറച്ചു ചോറൂറ്റിയെടുത്ത് നാക്കിലയിൽ വെച്ചു. ചോറിനു മുകളിൽ ഒരു നുള്ള് എള്ളു വിതറി. കിണറ്റിങ്കരയിൽ പടർന്നുകിടക്കുന്ന കറുകയും ചെറൂളയും പിന്നെ തുളസിയിലയും നുള്ളിക്കൊണ്ടു വന്ന് ഇലത്തലയ്ക്കൽ വെച്ചു. നാക്കില മുറ്റത്തു കൊണ്ടുപോയി വെച്ച് കിണ്ടികൊണ്ടു മൂന്നു പ്രാവശ്യം നീർവീഴ്ത്തി.

"എന്റെ കുട്ടീ, വാ അമ്മേടെ ചോറുണ്ണ്."

കാക്ക സംശയമേതുമില്ലാതെ മുരിങ്ങമരക്കൊമ്പത്തുനിന്ന് മുറ്റത്തേക്കു പറന്നിറങ്ങി. നാക്കിലയുടെ അടുത്തേക്ക് ചാടിച്ചാടി വന്നു. കാർത്ത്യായിനിയമ്മയെ ചാഞ്ഞും ചെരിഞ്ഞും നോക്കി. എന്നിട്ട് നാക്കിലയിലുള്ള ചോറത്രയും കൊത്തിത്തിന്നു.

അമ്മയുടെ കണ്ണുകൾ നിറഞ്ഞൊഴുകി.

കാക്ക വീണ്ടും മുരിങ്ങമരക്കൊമ്പത്തു ചെന്നിരുന്നു. അപ്പോഴും കാക്ക കരഞ്ഞു. പിന്നീട് കാക്ക ആകാശത്തേക്കുയർന്നുപൊങ്ങി.

തെക്കോട്ടു തെക്കോട്ട് കാക്ക പറന്നുപറന്നു പോകുന്നത് കാർത്ത്യായിനിയമ്മ നിറകണ്ണുകളോടെ നോക്കിനിന്നു. ഒരു കറുത്ത പൊട്ടായി അത് ആകാശത്തിന്റെ തെക്കേച്ചെരുവിൽ വിലയം പ്രാപിച്ചു. ■

www.ingramcontent.com/pod-product-compliance
Lightning Source LLC
LaVergne TN
LVHW090425051026
849518LV00006B/2447
9789348125729